Bóng câu
Gửi người xa

Những thi phẩm đã xuất bản:

- Lục Bát Phạm Hiền Mây
- Sẽ sóng mãi trăm năm
- Bất tương phùng, không tin
- Đáng đời
- Uyên ương

PHẠM HIỀN MÂY
BONG CÂU

MỞ NGUỒN

Bóng câu
Thơ Phạm Hiền Mây
Bìa Khánh Trường
Phụ bản Lê Thánh Thư
Tựa Trần Trung Thuần
Bạt Nguyễn Hữu Hồng Minh
Dàn trang Nguyễn Thành
Mở Nguồn *xuất bản*

Copyright by Phạm Hiền Mây August 2018

TRẦN TRUNG THUẦN

Phơn phớt thơ Phạm Hiền Mây

Những người đàn bà Việt Nam, trong nước hay ngoài nước, cuối Thế Kỷ XX và đầu Thế Kỷ XXI, tôi "mặn" nhất là Phạm Hiền Mây. Những Nữ Thi Nhân kia là (kể không hết): Huyền Chi, Lê Thị Kym, Xuân Quỳnh, Ý Nhi, Nguyễn Thị Khánh Hà, Ái Khanh, Trân Sa, Nguyễn Thị Hoàng Bắc, Ngô Thị Hải Vân, Huệ Thu, Thảo Chi, Tịnh Thủy, Sương Mai, Hồng Khắc Kim Mai, Vi Khuê, Trần Mộng Tú, Diễm Lệ Kiều, Nguyễn Thị Khánh Minh, Tôn Nữ Thu Dung, Trần Thị Nguyệt Mai, Thân Thị Ngọc Quế, Tôn Nữ Hỷ Khương, Lê Thị Thấm Vân, Trần Hạ Vy...làm thơ "hơi hiền", có thể cũng có khi "dữ dằn" mà không đều tay, không nhiều. Thường thì họ nổi tiếng rồi thì không thấy thơ của họ nữa, hay có mà "đăng" đâu đó rất là "khép nép". Coi như rất ít người đàn bà Việt Nam có thơ "nổi bật", ngoài Phạm Hiền Mây!

Tôi dẹp tôi qua một bên, không chủ quan hay khách quan, mà chỉ là người "nghiện-đọc-thơ", bất kể của đàn ông hay đàn bà. Đàn ông làm thơ, nổi danh thì lu bù... nhưng danh bất hư truyền quả là hiếm có, hay hiếm muộn! Chờ xem!

Tôi viết bài này, "trọng tâm" là nói về Phạm Hiền Mây nhân tôi có cái "duyên" biết Phạm Hiền Mây sắp sửa cho ra đời cuốn thơ thứ sáu, nhan đề Bóng Câu. Tôi có được đọc một số hơi nhiều bài của tập thơ này. Toàn thơ Lục Bát. Tôi thật là "hân hoan" vì thấy "hạp" quá, tôi từng thú nhận, tự thú nhận,

Phạm Hiền Mây là "Bà Chúa Thơ Lục Bát Việt Nam". Xuân Diệu khen Hồ Xuân Hương là "Bà Chúa Thơ Nôm" không ai càm ràm Xuân Diệu; tôi thì nhìn Phạm Hiền Mây qua hướng thơ Lục Bát, tôi "phong" Phạm-Hiền-Mây-Bà-Chúa-Thơ-Lục Bát, tôi đã bị các anh Lạc Nguyễn, Nguyễn Hàn Chung "sửa lưng", nhưng tôi kiên quyết, kiên trì, bảo vệ Phạm Hiền Mây, - coi thơ Lục Bát của Phạm Hiền Mây là trên hết. Một phần nhỏ: Phạm Hiền Mây đẹp, một phần lớn: Thơ Phạm Hiền Mây, thể loại nào, đều đẹp. Phạm Hiền Mây nhìn bất cứ đâu, ở Sài Gòn, ở Australia, ở Face Book, ở trong năm tập thơ đã xuất bản...đều đẹp, gợi cảm tình mà không khêu gợi. Phạm Hiền Mây rất đúng với câu phương ngôn: Gái một con trông mòn con mắt. Phạm Hiền Mây có một đứa con, đã thành tài (đỗ đạt Tiến Sĩ bằng thiệt), mẹ vẫn còn như cô giáo mới ra trường Sư Phạm hồi năm nào... Có lẽ tôi dành cho Phạm Hiền Mây nhiều tình cảm và trọn vẹn cảm tình... vì tôi cũng vốn nòi sư phạm nên yêu người sư phạm? Chu Mạnh Trinh, qua lời văn dịch của Đoàn Tư Thuật, để đời một câu ám ảnh tôi hoài: "Ta vốn nòi tình nên yêu người đồng điệu". Phạm Hiền Mây làm thơ tình không hà! Không có bài nào tản thần như Bùi Giáng, Nguyễn Đức Sơn hay Nguyễn Hàn Chung. Đa phần hay đa số người làm thơ đều hiền hậu. Với tôi, Phạm Hiền Mây... vốn hiền hậu rồi mà còn vượt qua hai chữ đó, nằm trong trí nhớ tôi: Nàng là Hoàng Hậu. Một Hoàng Hậu cô đơn! Một Hoàng Hậu không-có-ngai... nên cứ nhìn bóng câu qua cửa sổ!

Bóng câu là bóng ngựa ngang qua, bay qua... cửa sổ.

Tôi không dễ dàng nghĩ rằng hai chữ Bóng Câu là hai chữ tình cờ của Phạm Hiền Mây.

Nghĩa là.tôi tự thấy khó khăn lắm. Chắc Phạm Hiền Mây chưa hề đọc bài Mòn Mỏi của Thanh Tịnh đâu. Tôi có đọc đâu đó có người viết "Thanh Tịnh không phải tác giả bài Mòn Mỏi mà ông "phóng tác" từ một bài thơ của Pháp". thời của Thanh

Tịnh học chữ Pháp, thơ văn mình thời đó chịu ảnh hưởng của thơ văn Pháp rất nhiều, rất đậm đà nếu không dám nói là nặng nề. Thơ văn của Xuân Diệu, Chế Lan Viên, Lưu Trọng Lư, Phạm Huy Thông...đa phần là "đạo", may mà nhà thơ Thiếu Khanh vừa có bài "khảo luận" trên tạp chí Ngôn Ngữ số 1, nói là "ngày xưa, tổ tiên ta không cho đó là Đạo"; trường hợp thấy rõ ràng trong cuốn Đoạn Trường Tân Thanh của Nguyễn Du, bộ tiểu thuyết Ngọn Cỏ Gió Đùa của Hồ Biểu Chánh...

Tôi chép lại dưới đây toàn bài Mòn Mỏi của Thanh Tịnh, nè:

Mòn Mỏi

Em ơi nhẹ cuốn bức rèm tơ
Tìm thử chân mây khói tỏa mờ
Có bóng tình quân muôn dặm ruổi
Ngựa hồng tuôn bụi cõi xa mơ...

Xa nhìn bên cõi trời mây
Chị ơi em thấy một cây liễu buồn!

Bên rừng em hãy lặng nhìn theo
Có phải chăng em ngựa xuống đèo?
Chị ngỡ như chàng lên tiếng gọi
Trên mình ngựa hí lạc vang reo...

Bên rừng ngọn gió rung cây
Chị ơi con nhạn lạc bầy kêu sương!

Tên chị ai gieo giữa gió chiều
Phải chăng tên chị tiếng chàng kêu?
Trên dòng sông lặng em nhìn thử
Có phải chăng người của chị yêu?

Sóng chiều đùa chiếc thuyền lan
Chị ơi con sáo gọi ngàn bên sông...
Ô kìa! Bên cõi trời Đông
Ngựa ai còn ruổi dặm hồng xa xa...

Này lặng em ơi lặng lặng nhìn
Phải chăng mình ngựa sắc hồng in?
Nhẹ nhàng em sẽ buông rèm xuống
Chị sợ trong sương bóng ngựa chìm!

Ngựa hồng đã đến bên hiên
Chị ơi trên ngựa chiếc yên... vắng người!

Thanh Tịnh

(Thơ Tình Tiền Chiến, nxb Đồng Nai 1994)

Đọc hết cuốn Bóng Câu của Phạm Hiền Mây... tôi thấy toàn thơ của Phạm Hiền Mây. Tại tôi ám ảnh thôi! Phạm Hiền Mây... rất-Phạm-Hiền-Mây, nói theo cách của nhà văn Mai Thảo, hoàn toàn không lẫn lộn! Mà có "lẫn lộn" thì chẳng sao! Cái khó là tôi "bới lông tìm vết, vạch lá tìm sâu" hay "săn tìm phù thủy" (cách nói vô tư của Trump, đều vô ích! Mà tại sao tôi cần cái "có ích" ở trong thơ Phạm Hiền Mây làm chi nhỉ? Có lợi gì cho tôi... bơn bớt ca ngợi Phạm Hiền Mây chăng?

Tôi thật chẳng tôi tí nào, không khéo mà tồi tệ thôi!

Thơ Lục Bát không khó làm. Hồ Dzếnh làm thơ Lục Bát như móc chữ trong túi áo: "Hỡi người tôi nói gì chưa? Tôi đang sắp nói hay vừa nói ra?". Nhà thơ Nguyễn Xuân Thiệp từng thổ lộ rất thích hai câu lục bát của Trần Huyền Trân: *"Xa nhau gió ít lạnh nhiều, lửa khuya tàn chậm, mưa chiều đổ nhanh!"*...đã biết bao nhiêu tập thơ của Nguyễn Xuân Thiệp bày bán khắp nơi, đố ai thấy được cái mềm mại trong thơ

Nguyễn Xuân Thiệp dù thơ ông rất nhẹ nhàng chỉ cái là không có vần, chỉ giống... như văn xuôi! Thế mới biết làm thơ có vần không dễ...dù thơ Lục Bát không khó làm!

Nguyễn Bính nổi tiếng về thơ...nhà quê vì Nguyễn Bính làm thơ như dân giả làm ca dao, nhưng có lúc Nguyễn Bính cũng "quằn quại" đau đớn lắm: *"Ơi chao đêm ấy giường này, nghiến răng nhắm mắt cau mày, cực chưa!"*. Và cái "quằn quại" còn thấy rõ hơn trong thơ Huy Cận: *"Đồn xa quằn quại bóng cờ / phất phơ buồn tự thời xưa thổi về!"*. Riêng, tôi thấy Phạm Hiền Mây rất thông minh, rất "cá biệt". Thơ Phạm Hiền Mây Mới như đứa bé Mới được sinh ra từ người Mẹ khỏe mạnh.

Tôi không dẫn chứng, câu thơ nào hay một bài thơ nào của Phạm Hiền Mây trong bài tôi đang viết về Thơ Phạm Hiền Mây, tập Bóng Câu, vì độc giả đã có hay đang cầm trên tay cuốn thơ đó. Xin nhớ rằng, với tôi: tôi phục tài thơ của Phạm Hiền Mây lắm lắm...

Tập Bóng Câu là tập thơ thứ sáu của Phạm Hiền Mây được in và xuất bản bên Mỹ. Nhà xuất bản Mở Nguồn. Chắc vẫn là công trình dài hơi của nhà văn Khánh Trường, người ngồi một chỗ trên xe lăn mà quan tâm bao quát chuyện văn đàn. Chắc vẫn có những tấm lòng bên một tấm lòng là những người yêu quý Phạm Hiền Mây. Tập thứ tư của Phạm Hiền Mây, Bất Tương Phùng Không Tin, có bài Tựa của nhà văn Nguyễn Vy Khanh bên Canada và bài Bạt của Cô Giáo Nguyễn Thị Dư Khánh ở Việt Nam. Ông Nguyễn Vy Khanh và Chị Nguyễn Thị Dư Khánh là bậc Thầy của tôi về chữ nghĩa, sách vở. Phạm Hiền Mây thật có phước có phần. Ông Nguyễn Vy Khanh là Quản Thủ nhiều Thư Viện nổi tiếng của Canada, ông là tác giả nhiều bài báo về văn học rất có giá trị. Đọc bài của Nguyễn Vy Khanh, nổi bật là sự Khách Quan nhưng thân thiện và ai cũng cảm phục. Chị Nguyễn Thị Dư Khánh là nhà giáo kỳ cựu, là em ruột của Bác sĩ Nguyễn Khắc Viện - một nhà trí thức yêu nước thật lòng -, là em ruột của Giáo Sư Nguyễn Khắc Dương - Khoa Trưởng Văn Khoa Đại Học Đà Lạt, là Xử Lý Thường Vụ Viện Trưởng Viện Đại Học Đà Lạt, bị bắt đi Học Tập Cải Tạo tại Trại G3 Sông Mao tại thềm Viện Đại Học Đà Lạt. Giáo Sư Nguyễn Khắc Dương cùng trại G3 với tôi năm 1975. Ông được anh ruột là Bác Sĩ Nguyễn Khắc Viện từ Hà Nội vào ngay trại bảo lãnh ra trại, toàn trại được tập họp để chứng kiến cảnh Giáo Sư Nguyễn Khắc Dương ra tù nhờ tính nhân đạo và khoan hồng của chính quyền mới, ông về Đà Lạt được chính quyền địa phương bố trí công tác loong toong cho Sở Khoa Học Lâm Đồng với chiếc xe đạp. Tôi nhớ Giáo Sư Nguyễn Khắc Dương mở miệng ra là nở nụ cười và... không nói câu nào bất cứ hoàn cảnh nào. Lần cuối tôi gặp Giáo Sư Nguyễn Khắc Dương tại nhà Giáo Sư Phạm Năm, 21 Hoàng Diệu Đà Lạt, năm 1983... Nguyễn Vy Khanh, Nguyễn Thị Dư Khánh là chứng nhân Khai Sinh Thơ Phạm Hiền Mây ở Mỹ, cũng là trên thế giới. Luân Hoán, một người làm thơ không mệt mỏi, chủ trương tạp chí Ngôn Ngữ, ưu ái dành cho Phạm Hiên Mây trang thơ rất trang trọng. Tôi tự hào trong lòng tôi có sự hiện diện của hương hoa... Nếu không có thơ Phạm Hiền Mây, tôi không có gì để nói...

Cả bài này, tôi thấy câu tôi vừa viết xong trên đây là hay nhất, đúng nhất.

Trần Trung Thuần

tranh Lê Thánh Thư

BUỒN ĐÃ ĐỦ

cũng đã đủ buồn em dường chỉ vậy
hoài chân miền hiu hắt bước xa đưa
tháng bảy ai chờ ô thước mà mưa
ngâu cứ mãi vai cầu lên lướt thướt

ngày ngơ ngác đậu gầy môi hạt ướt
buồn đủ em rất đỗi nếm ngọt ngào
phiến mênh mông hất mộng giấc lăn nhào
bèo mây phút trăm năm bờ xa xót

trần gian khói trời cao bầy chim hót
giọng khát khô cơn hạn hán vô cùng
buồn đủ em tê tái ngắt muôn trùng
đầy vơi nỗi mùa rơi chiều quan tái

niềm hoa cỏ mai sầu nào tay hái
trắng cội xưa xương bụi cất âm thầm
gió hương trinh mớ vắng đỉnh cát lầm
người ơi nỗi buồn em chừng đã đủ.

DẤU TÌNH

vì tình rất đỗi mùa đông
nên hai đứa cứ bềnh bồng lãng phiêu
lênh đênh sương trắng bao nhiêu
càng mây luân lạc vào yêu nhuốm màu

càng mây dốc đổ bước sầu
heo may tình ngập gót rầu dấu xưa
mưa lên nắng xuống đón đưa
trăng sao mòn đợi vẫn chưa chân bờ

vẫn riêng em một cõi chờ
thênh thang ngóng chốn khói mờ xa xăm
dấu tình rêu biếc nẻo thăm
hoài dâng lối cũ trăm năm gió luồn

hoài nhau trời lá rụng nguồn
bến đời dòng nổi trôi buồn nước sông
mộng rồi cũng trở về không
trôi chiêm bao giấc mênh mông dấu tình.

DẤU YÊU

dấu yêu đôi nẻo chia hai
để mùa lá mãi màu phai úa ngàn
hắt hiu phiến xuống chờ tàn
cây lên mấy độ đợi vàng xôn xao

đã em những thuở ước ao
dấu yêu người gửi biết bao gió trời
tay xưa nhé nắm chẳng rời
dù heo may có tơi bời nẻo thu

có bông ngọn trổ mù u
gót du còn bước hoang vu cuối miền
dấu yêu em đóa mây hiền
giữ đời nhau giấc mơ triền mộng neo

bến hôn bờ cũ trăng theo
trời vằng vặc trái môi treo đông đoài
chốn đây em lắng nghe ngoài
xa xôi anh nhắn mình hoài dấu yêu.

BỒI HỒI LỜI YÊU

lời yêu thèm trổ ngoan môi
sông đưa lá ngủ êm trôi giấc dòng
chiều con nước lớn nước ròng
mùa lên xuống vẫn mộng lòng đầy vơi

tình xa chi bấy người ơi
lời yêu khô khát ngậm hơi thở hồ
đêm không ngủ mắt mưa thồ
thức chong khe suối giọt ồ nhân gian

ngọt tan vào lưỡi mênh mang
mật hoa nhụy cánh sương ngang đỉnh trời
lời yêu mọng chín trái đời
đôi bờ cắn lịm tơi bời ngập răng

lêu bêu ngực cỏ ngọn căng
chung thân áo mộng lời giăng mây đồi
mai về có đến bên ngồi
rót hoài anh nhé em bồi hồi yêu.

ĐÃ NGHE

đã nghe gió biếc heo may
chiều cơn lạnh đổ về lay lá trầm
xanh rưng rứt nẻo âm thầm
vàng hoa cỏ lối cũ rầm rì xưa

buổi trời rảy phiếm du mưa
đã nghe anh giọt đón đưa em từng
cội sương tưới ngất đỉnh mừng
chân dừng bước suối nai rừng gót qua

lúc đời ngang phút í a
mùa thu trút vội nỗi tha thiết mình
bâng khuâng nghe đã đường tình
nước mây gặp gỡ gọi bình yên nhau

còn đây đôi chút ngày sau
dẫu khôn xiết nỗi cánh ngâu chim bầy
xa xôi vẫn khói tay gầy
khẽ anh câu nói yêu đầy đã nghe.

MÀU THU MÂY HOÀI

mây hoài tự thuở phiêu du
để màu thu trắng khói mù nẻo xa
nước sông rêu chảy phôi pha
gió mênh mang ngọn sầu tha thiết nguồn

đời dâng đỉnh ngút ngàn luồn
cô đơn mây buốt nỗi buồn hoài riêng
màu thu xuống khẽ nằm nghiêng
gọi trăng mộng giấc hồn nhiên gieo vàng

cõi nhân gian võng địa đàng
xanh giăng lá ngủ đôi hàng cây đưa
mây hoài buổi thắp trời xưa
màu thu vòi või dây dưa giấc đầy

màu thu cổ độ chim bầy
thiên di cánh mỏi rụng gầy hoang vu
lệ hoa xương cội giọt ru
quan san nẻo đợi hoài phù vân mây.

PHẢI CHI

phải4 chi sông bớt vàng rơi
lá dòng trôi chẳng niềm chơi vơi chiều
xanh rêu phiến rụng thôi nhiều
nổi nênh vết dấu đôi điều phù du

nổi nênh rất đỗi mùa thu
phải chi đừng trắng hoang vu cội tàn
chim bầy cánh chẳng mỏi đàn
nỗi thiên lý dặm bay ngàn cơn mê

cuối bờ viễn xứ màu quê
sương phong kín mạn miên khê nẻo ngờ
phải chi gió khẽ lặng tờ
trăm năm chẳng ngoảnh mặt hờ hững buông

chúng mình chẳng bến mưa tuôn
để buồn anh ngón tay thuôn thắp lời
để em nghe khói mộng đời
vào ru giấc ngủ mây trời phải chi.

TÌM HOÀI TRĂM NĂM

trăm năm biết có còn ai
khi hoàng hôn dốc chiều phai khói ngàn
cỏ hoa sương lối đã tàn
bước nhân gian nẻo vô vàn lá lay

tương phùng khóe ngọn mắt cay
trăm năm trắng xuống heo may bộn bề
lúc hoàng hôn dốc chiều kề
chỉ riêng ta với ê hề mây qua

lưng chim cõng nặng trời xa
ô hay gặp gỡ í a làm gì
trăm năm mộng giấc xanh rì
hoàng hôn chiều dốc xuân thì đời quên

hoàng hôn chiều dốc bụi lên
gió cô đơn rụng về bên cội vài
mênh mông xương cánh đông đoài
chân đi quanh quẩn tìm hoài trăm năm.

MÙA THU MÂY TRỜI

trời buông mớ sóng dập dềnh
bóng mây thu biếc bồng bềnh chiều xa
giọng con sáo mỏng í a
gọi người tình lỡ phôi pha đã mùa

heo may màu xuống phong lùa
song mây trời lá mắt ùa gió cao
cỏ hoa thu lối xôn xao
bâng khuâng ngọn úa hư hao nẻo về

cơn mê hoang ngả ê hề
chiêm bao vô tận muôn bề mộng vây
vắn dài mị cuộc trời mây
phập phù sương giọt hàng cây thu sầu

nước trăng tan hợp bên cầu
lắng nghe thiên lý ơ ầu lênh đênh
trăm năm kiếp trắng nổi nênh
ngập mùa thu khói buồn tênh mây trời.

ÊM ĐỀM CÂU YÊU

yêu em anh muốn yêu em
ơi câu dấu ái rất thèm từ anh
để xem nó lấp lánh xanh
hay trong suốt hạt long lanh tím hồng

yêu em giọt trút đất nồng
thơm tho ngực hạt mưa vồng núi đôi
mang theo vị khát khao môi
hai bờ cong nhắp uống trôi nỗi buồn

yêu em sông ngọt đổ nguồn
cho nhau giải hạn thác luồn suối khe
cho ầng ậc nước ấp e
cho mê ngủ ướt giấc nghe mộng mừng

yêu em lời lụa mây từng
câu thần chú tưởng như chừng mới đây
mơn man gió hạ về vây
cánh hoa nhụy đỏ hây hây mật hoài

yêu em trời biếc đông đoài
lạc tiên mở cõi nguyệt ngoài bến chưa
mà trăng níu xuống dây dưa
ấp cơn chăn gối võng đưa nhịp thềm

nhịp ân ái gối chăn mềm
hốt mê hốt giác êm đềm câu yêu.

GỬI EM

gửi về em nhé lãng phiêu
dỗ cơn mộng ngủ hiu hiu giấc ngà
dỗ trăng cô lý đêm tà
treo đầu ngọn cỏ ta bà phiếm du

treo lay lắt ngọn đầu thu
gửi về em chút lời ru bềnh bồng
trong ru có áng mây hồng
gọi chim sáo nhỏ sổ lồng bay xa

con chim sáo buổi bay qua
non cao đồng rộng thiết tha nỗi hoài
gửi về em gió lạc loài
cho mai chắp cánh đông đoài rong chơi

cho mai chắp cánh trùng khơi
yêu bao giờ đến tàn hơi mới đành
thinh không ngơ ngác trên cành
gửi về em chút giọng vành khuyên mơ

gửi về em những câu thơ
lúc mưa nghiêng hạt ngu ngơ bớt buồn
lúc cô đơn thấm lạnh luồn
điệu sầu đôi sẽ suối nguồn ấp iu

khúc sầu viễn xứ anh chiều
ra bờ sông khói lên nhiều gửi em.

NHẼ NÀO

nhẽ nào màu khói phôi pha
hoài anh tay thắp ngón tà huy đưa
sóng buồn em mắt cơn mưa
hư không hạt rụng dây dưa lệ vào

ngọn xanh sông trút lá rào
nhẽ nào gió cứ ào ào hàng mây
để hoài anh trắng bờ tây
mênh mông em dặm giờ đây bóng ngàn

chiều thu viễn xứ mơ tàn
hoa xương cội trổ đóa càng tình nhân
nhẽ nào đời mãi phù vân
hoài anh trời mộng ái ân chẳng thành

hoài anh chân bước trăng vành
nguyệt treo sầu muộn lên nhành dăm ba
yêu là cố lý thế a
vào ra em một mình ta nhẽ nào.

VU VƠ

vu vơ câu hát mùa rơi
thầm riêng độ cõi vợi vời hư không
nghìn năm gió trắng mênh mông
thời gian ngày tháng màu sông khôn dường

thời gian màu nước giang trường
vu vơ câu hát vô thường nhẹ buông
chiều ngân bóng tự tiếng chuông
hàng cây nhánh trút trùng muôn lá gầy

sương giăng một sớm chim bầy
bềnh bồng mộng cánh neo đầy bến qua
vu vơ câu hát cỏ hoa
non chờ xanh đóa hôn xa môi kề

nghiêng nằm trăng đợi hiên thề
giấc mai sau có quay về tình ơi
thắp tay người khói ru đời
vu vơ câu hát mây trời như nhiên.

THÔI ĐỪNG

chiều đi chẳng hết cơn mưa
sót môi em ướt tiếng thưa ngập ngừng
gió ngang cây vướng ngọn dừng
rối lùa tóc nhắc thôi đừng nói nha

thôi đừng nói kẻo í a
mùi hoa đất dại bữa qua phai rồi
những câu lồng ngực bồi hồi
biệt tăm chân gót cỏ đồi ngẩn ngơ

biệt tăm biệt tích trời thơ
thôi đừng nói biết đâu mơ hồ mình
biết đâu ảo ảnh thình lình
rụng vào cõi vỡ yên bình nhỡ như

rụng vào cõi vỡ tương tư
sẽ tan tác bóng phù hư cuối ngàn
thôi đừng nói nỗi buồn càng
mênh mang lắm lối địa đàng mây bay

mênh mang mây lối heo may
đời rêu đêm biếc xanh lay vô cùng
khói chen sương trắng mịt mùng
thôi đừng nói dấu nghìn trùng lấp xưa

chiều đi không hết giọt chừa
mắt thôi đừng nói tình vừa lệ rơi

VỀ ĐÂU

về đâu lúc tắt bình minh
cần chi giấc vẫn lung linh sắc mùa
cỏ hoa gió ngọn trêu đùa
tỏa thiên lý ngát hương lùa nẻo xưa

sông hồ gót lối ngày đưa
về đâu dòng suối cơn mưa xuống nhiều
cần chi chìm nổi nước triều
hai bên bờ khói ta chiều cùng mơ

chiêm bao chung mối dây tơ
hồng vương vào mắt môi thơ mây trời
về đâu đôi bóng muộn đời
cần chi khi chẳng để rời tay yêu

cần chi tự hỏi bao nhiêu
bước chân nữa chạm đỉnh phiêu du mình
rong chơi mộng cõi yên bình
sẽ thiên thu biết cuộc tình về đâu.

BUỒN KHI

buồn khi yêu vẫn đi về
như ngày đêm sóng ê hề bến đau
dòng xuôi ngược cuộn đỏ au
đôi bờ lũ cuốn mùa nhau trôi dài

mục sông củi nhánh lạc loài
buồn khi yêu gót bước hoài chơ vơ
hai hàng liễu lá lơ thơ
lạnh khi gió rét màu xơ xác chiều

tắt con nắng quái vàng triều
trắng đun chín đụn bếp nhiều khói sương
buồn khi yêu áo tà dương
mong manh lụa vạt mùi hương nhạt tờ

bụi lên mấy lớp mịt mờ
nhớ quên quên nhớ lối chờ đợi ai
trần gian bóng vệt hồ phai
buồn khi yêu nhỡ lời mai hứa thề

trăm năm hư rỗng mỏi mê
nỗi yêu đương trống muôn bề buồn khi.

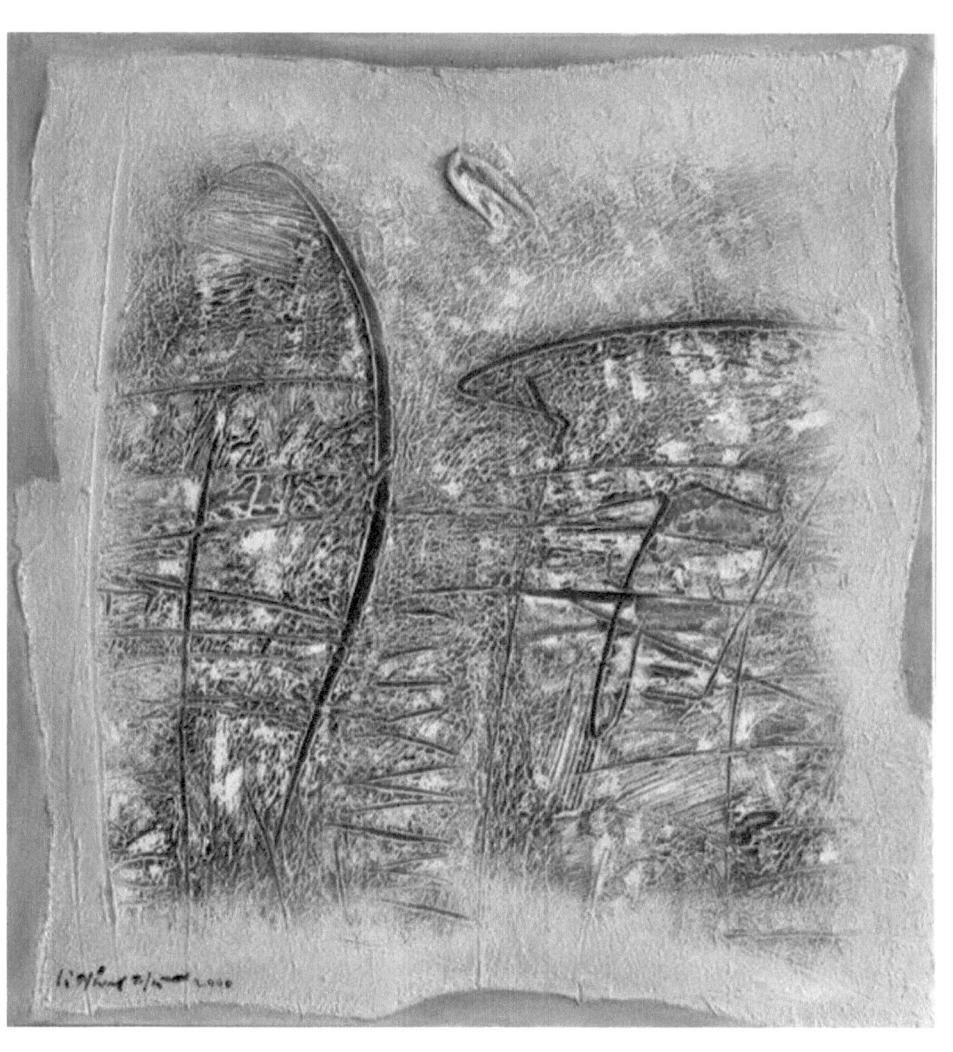

tranh Lê Thánh Thư

MÂY KHÓI

em mây khói để tình lên vô lượng
buổi lênh đênh hoa mộng tím u hoài
trăng phương đông gió cứ buốt du đoài
làm sao cắn ngập răng mùa táo chín

vườn đỏ trái lòng ai meo đói nhịn
khói mây em cút bắt giấc mê đời
lục bình trôi trổ sớm đóa xanh ngời
nào hay nỗi sầu riêng mang muộn biếc

niềm riêng nỗi trời trăm năm mải miết
cánh chim đêm bói cá lạc sương bờ
khói mây em dỗ chẳng được trông chờ
đành cứ thế hợp tan màu sông nước

phù du xuống trần gian nào biết trước
trắng về đâu hư thực chén thiên đường
ấm yêu đương ảo ảnh uống như dường
ngụm em khát đầu tiên lần mây khói.

BIỂN ĐỘNG MÙA YÊU

nơi hư huyễn có tình nào không mộng
cõi hoen mờ uyên áo ngập buồn vui
khuya lên chờ sớm xuống đợi ngược xuôi
đầy trống vắng trần gian đời mặc khải

thuở khốn khó trần gian đầy khôn dại
có yêu nào bớt mật tẩm vô ngôn
để thêm tràn ngọt ướt buổi môi hôn
trời đỉnh buốt ngậm tan mình hương khói

trên mái sáo thường nghe người ta nói
chỉ nước mây mới mãi mãi ăn nằm
có tình chi đêm nguyệt trái no rằm
mà giấc đáy soi hoài sầu trăng chín

mà sóng nhớ ôm hoài sầu bãi kín
bến vỗ tìm mải miết cuộc tàn nhau
cát xô còng còng đẩy cát niềm đau
mùa yêu có ngày nào không biển động.

CÕI EM

cõi người ta cõi lênh đênh
rêu xanh mộng nước dập dềnh sóng xô
lá hai bờ rũ lô nhô
tháng ngày bóng xuống ngây ngô nhớ mùa

quạnh hiu màu cũ trêu đùa
cõi người ta cõi gió lùa đôi mê
sông chia nghìn nhánh ni tê
củi trôi dòng mục lê thê hạn kỳ

xa xôi bờ cỏ dại ghì
cánh hoa xương mỏng đợi thì cội mơ
cõi người ta mảnh sợi tơ
trăm năm trắng nhện ầu ơ giăng trời

chim bay sương nẻo mây đời
tay xưa gầy khói anh lời buồn tênh
ngoài kia thu thắp nổi nênh
người ta hay cõi bồng bềnh mộng em.

NGHIÊNG EM

nghiêng em cõi rót ngóng chờ
xanh màu trăng đợi bơ vơ nẻo cài
lối quên nhớ tiếng thở dài
vào thiên lý nén thêm vài phôi pha

nén vào trống rỗng dăm ba
nỗi nghiêng em gió trời xa trời gần
đi về một chốn riêng phần
nước mây có mấy cũng ngần ấy thôi

đến ngần ấy cuộc sầu đôi
đời vô thường bóng dòng trôi lá tà
nghiêng em chiều bến giang hà
sắc không tịnh độ ta bà kệ kinh

thực hư cơn mộng lung linh
nhân gian chim sải dặm thinh lặng tờ
buổi rong chơi đến bây giờ
vẫn mê ngộ rất tình cờ nghiêng em.

THÊM

xin thêm chiều thế bên hiên
cho lâng lâng nốt màu diên vĩ bờ

cánh diên vĩ biếc đợi chờ
tím thu tàn buổi bất ngờ mắt nhau

bất ngờ yêu giấc về mau
xin thêm mộng mị mùa sau lá đầy

mùa sau tiếp hiến thân này
tiếp hồn nhiên nốt đọa đày trần gian

đọa đày một cuộc bình an
cõi mơ hồ của hợp tan chúng mình

xin thêm hồ cõi bóng hình
có hai đứa rất chung tình làm đôi

có hai đứa đắm làn môi
ru ưu tư ngủ sông trôi muộn phiền

ru trăng ru cả mây hiền
trời xa năm tháng chim miền xin thêm.

PHẦN EM

vui là phần của người ta
còn riêng em cuộc buồn xa buồn gần
như hôm sáo gót tần ngần
nổi nênh vấp nhịp gió trần gian lên

trần gian gió mộng mình ên
phần em cố lý dặm quên bến chờ
chín tầng sương viễn xứ mờ
nẻo chiêm bao khói lặng tờ mắt môi

lặng tờ lối mỏng mùa trôi
dòng bèo nước mớ ngăn đôi chân cầu
phần em một giấc ngủ rầu
thôi không đợi nữa lá màu thiên thu

màu trời phiến rụng phù du
cội xương hoa trắng đời ru thật thà
nỗi treo trăng ngọn giang hà
sầu mây dằng dặc ta bà phần em.

NHƯ NHIÊN KỂ TỪ

cây hiu quạnh trổ kín trời
kể từ anh bước chân đời viễn ly
chim bằng vỗ trắng là khi
mây trôi cố xứ thiên di nẻo buồn

bờ nghiêng nỗi đợi bóng chuồn
bơ vơ cạnh một chiếc xuồng mỏng tang
kể từ anh buổi mênh mang
yêu đương bến hẹn trường giang gió nhiều

hoàng hôn xuống sóng khói triều
sương khêu ngọn muộn màng chiều rêu rong
cõi ngày ngóng cõi đêm mong
kể từ anh mắt mùa chong thắp chờ

kể từ anh gót đến giờ
ngoan em ngủ khép cánh hờ đóa phơi
môi lần môi ngủ tìm hơi
mơ người về áp mộng lời như nhiên.

ĐÂU HAY

nào đâu hay đã trùng khơi
trắng mây thu xuống chơi vơi địa đàng
vườn mơ tay khói sương hàng
lá dìu lối bước soi vàng cây nghiêng

nỗi niềm một mớ tình riêng
nào đâu hay đã hồn nhiên thu mờ
mùa mây trắng cánh rêu chờ
cội hoang vu trổ vô bờ phù vân

thềm lưu ly dấu bàn chân
buồn rưng sáo gót bâng khuâng đến tìm
nào đâu hay đã im lìm
mây thu ngát trắng mộng chìm nẻo xa

chốn xưa cũ giấc phôi pha
gầy hiên người gió miền qua vợi vời
mới yêu đó đã hồ trời
mùa thu mây trắng giăng đời đâu hay.

CÕI HỒ NGƯỜI XA

người xa chiều bóng dài sông
chênh vênh rêu nước bềnh bồng sầu vây
gió xô lá buốt hàng tây
vàng tơ nhện mối yêu dây dưa tình

nhớ soi tan tác thấy mình
người xa bờ cỏ hoa hình như sang
mùa đem dạ trở xốn xang
hai phương trời rẽ ngổn ngang mớ đời

bến nhân gian lối tơi bời
sớm thiên lý khói lên ngời dấu phai
người xa ngọn tóc tìm vai
còn ai tay vuốt giùm mai thơm buồn

hoàng hôn cánh ướt mỏng chuồn
mòn trông đợi mảnh sương nguồn về không
chớm thu sao rất màu đông
người xa mây trắng mênh mông cõi hồ.

BÂY GIỜ

bây giờ đã mắt em sông
vắng anh chiều lối bềnh bồng mây bay
cỏ hoa sầu úa ngọn lay
lạc nguồn lá rụng chờ tay níu mùa

tương tư buốt gió ngón đùa
gầy bây giờ nhánh em lùa tóc mai
vắng anh lạnh xuống đời phai
buồn lên cánh úa tàn vai nỗi đầy

trần gian hồ trắng xưa bầy
chim xa nẻo mỏi mòn ngày tháng đưa
bây giờ em hạt dây dưa
vắng anh vẫn chỉ cơn mưa qua vườn

vắng anh hơi thở cũng dường
nhớ đi về dấu vô thường trổ bông
cội riêng niềm đóa mênh mông
màu thu rất đỗi trời không bây giờ.

DỄ GÌ

dễ gì hơi thở từng cùng
mà không nghe thấy lòng chùng khi xa
không nghe buốt nhói thịt da
bờ đau chờ đợi lúc phôi pha về

bóng mùa lạnh trút ê hề
dễ gì quên tóc vai kề bên nhau
từng mộng trước tiếp mộng sau
nối dài hai đứa giấc mau cơn buồn

đầu thu xưa ngủ mưa nguồn
mơ châu hợp phố đời tuồng nhớ thương
dễ gì sương khói trùng dương
xiết bao ngăn nổi dòng tương sóng trào

gió trăng lữ thứ dạt dào
hoa xương trời trắng mây vào rưng rưng
biết thiên lý dặm dài nhưng
làm sao yêu có thể ngưng dễ gì.

LỜI MÂY YÊU NGƯỜI

ba bữa đó bảy bữa đây
gửi hoàng hoa gió lên đầy giấc ngoan
nào hay bóng nước động loang
trăng soi cõi trống buồn hoang im lìm

chiêm bao hiu hắt lạnh chìm
ba bữa ngủ bảy bữa tìm cố nhân
chỉ quanh đây bức tường vân
mộng mê ảo sóng bâng khuâng sông dài

ngày nao em tóc vai cài
tay gầy anh ngón lùa hoài mênh mông
ba bữa có bảy bữa không
mùa ân ái lập sầu đông kín trời

mi hoen nỗi nhớ tơi bời
mưa cho phố nhỏ gót vời vợi nhau
bước chân chứng kiến lòng đau
ba bữa giấu bảy bữa lau giọt rình

ba bữa ái bảy bữa tình
vàng tơ áo lụa hong bình yên xưa
trăm năm mơ buổi đón đưa
có đôi ríu rít thuở chưa lìa bầy

phù du chim hót lời mây
ba bữa béo bảy bữa gầy yêu anh.

MÔI BUỒN

có vui mấy cũng phải xa
nỗi buồn đưa tiễn sân ga sẵn chờ
đến rồi đi vẫn bất ngờ
đời run rủi cuộc tình cờ xưa nay

người trong cõi mộng lá lay
vui cho mấy cũng đầy tay thắp làn
nỗi buồn trắng khói sương ngàn
hồ phù du một giấc tàn chiêm bao

bờ đông tây giấc hư hao
sầu mây lữ thứ trời cao chín từng
niềm vui lúc phải ngang dừng
sẽ nghe buồn xuống quá chừng nỗi mong

quá chừng sông bóng rêu rong
cánh chim gió đợi tựa song cửa ngà
biết vui mấy cũng dương tà
chiều nghiêng hôn ướt ta bà buồn môi.

CÒN ĐÂY

vẫn còn đây bóng màu sim
mỗi khi chiều xuống bờ chim cánh ngàn
xa xôi cũ ngóng xưa đàn
về bên sườn tắm trăng vàng ngây ngô

về bên sườn trút tô hô
vẫn còn đây lá mát ô ngựa bầy
chỉ dăm ba phút sum vầy
cũng vô cùng đủ khi đầy bão lên

khi đời ngăn cách nổi nênh
là ta biết rất mông mênh sóng nguồn
vẫn còn đây dẫu cơn buồn
phù hư mặt khói gió luồn nẻo không

dịu dàng anh nói dòng sông
sương em giọt trắng sớm đông chi niềm
đi đâu mà kiếm với tìm
vẫn còn đây
cội im lìm
trời mây.

KHI LÒNG RẦU

khi lòng rầu bến trăm năm
quạnh hiu gió lấp biệt tăm nẻo về
bâng khuâng mây lối ê hề
nỗi hoàng hôn khói lên kề ngóng trông

chiều hôm khói nhớ mênh mông
khi lòng rầu trút hư không nỗi tàn
sông đưa bóng hắt rêu ngàn
củi khô lạc mục vô vàn dòng trôi

cuối ngày sót mớ phai phôi
mùa thu ngói cũ rụng đôi lá vàng
khi lòng rầu mãi mơ màng
cánh môi xưa dấu hôn càng biếc xanh

bước phiêu lãng trọ gót anh
xa xôi vào xước mộng nhanh vết dằm
trăng cong cuộn chỗ em nằm
khi lòng rầu đến bên đầm thắm đau.

ĐÃ BUỒN EM

đã thấp thoáng những nỗi buồn đâu đó
quẩn mơ hồ bóng dáng trắng tàn xương
cõi hoang đường dấu tích đóa uyên ương
phù du xuống thềm rêu hoa từ thuở

tình tơ kén hồn nhiên sâu rạng rỡ
nỗi huy hoàng buồn đã cõi vô biên
cánh xanh tàn mộng ngỡ giấc muôn niên
nào hay biết đơn côi màu nguyệt úa

trần gian lối đam mê đời vây bủa
bước trăm năm bụi cát thoắt phai trời
nỗi yêu đương buồn đã gót trông vời
mùa trái cấm mật say tràn khe mở

ngày khép tối sầu lên lùa hơi thở
nhớ riêng người chăn gối buổi dường như
đỉnh no đầy ngậm buốt giọt tương tư
ngọt thơm đã nỗi buồn ngon táo đỏ

xa xôi dốc nhịp đêm bầy ngựa vó
nỗi sương vào khói trọ đã buồn em..

NÀY EM

này em có có không không
con chim xanh nhốt trong lồng sáng nay
nằm im chết chẳng ai hay
tiễn đưa chỉ đám heo may gió thừa

tiễn đưa chỉ gió thu vừa
này em buồn đến chẳng chừa ai đâu
như hư ảo vậy rất lâu
cùng trần gian mộng mị sâu giấc đời

trăng tròn khuyết nẻo giăng trời
có tha thiết mấy cũng rời ngày lên
này em nếu chợt kề bên
ôm cho cả lúc người quên nhớ mình

cho cô đơn ấm cuộc tình
chơi vơi thấy chút yên bình dòng sông
trăm năm khoảnh khắc mênh mông
yêu đương mây trắng bềnh bồng này em.

tranh Lê Thánh Thư

NÀO ĐÂU

nào đâu đã tháng bảy ngâu
mà mưa đến ở trọ lâu quá chừng
sâu trong khóe ướt ngập ngừng
xưa đôi mắt thuở lời từng thốt yêu

mắt bâng khuâng ngọn hiu hiu
nào đâu lá đã buồn thiu la đà
mục thân gửi trọ ta bà
dòng đưa nước củi không nhà khói cay

nước đưa dòng khói sương lay
mùa xao xuyến buốt heo may gió mờ
nào đâu ngày xuống cho chờ
mà đêm trọ đã vội bờ đợi xa

mà hoa đời cánh trọ sa
trời xương vùi cội phôi pha trắng màu
sông nghiêng bóng đổ cơn rầu
lên chiều phiêu bạt
mây sầu
nào đâu.

AM MÂY

am mây cõi chỉ mình em
chốn tu những lúc mùa đem tháng ngày
anh xa mải miết chim bày
để bâng khuâng lá trút đầy tại ai

tại đời lối thích chia hai
am mây em giấu thân mai anh về
chốn tu chẳng sẵn câu thề
mà trăm năm đợi ê hề trời cho

trăm năm đợi cái hay ho
vắng anh lệ ướt buồn xo giọt chùi
am mây riêng một ngậm ngùi
chốn tu em giấc ngủ vùi mộng mau

chốn tu mộng sẽ rồi sau
chờ anh quay lại cùng nhau êm đềm
kệ kinh tụng đến môi mềm
yêu em đắc đạo chân thềm am mây.

GHÉT ĐỨA LÀU BÀU NHỚ ANH

ghét là ghét lắm còi tàu
trên sân ga cuối chiều màu cô liêu
đưa anh đi để tình yêu
em buồn ở lại bao nhiêu lá vàng

bao nhiêu lá cũng chỉ càng
ghét là ghét tiếng còi tàn đêm nay
ghét lây qua tới đường ray
cứ nằm lặng thế nào hay gió vời

nào hay sương khói tơi bời
tràn vào em mắt mây đời mong manh
ghét là ghét cả trời xanh
sân ga dứt tiếng còi nhanh bất ngờ

sân ga rất đỗi lặng tờ
trơ mình em bóng bây giờ lòng đau
yêu mà cứ phải xa nhau
ghét là ghét đứa làu bàu nhớ anh.

HÒ HẸN TÍM

mắt tím chiều nay thốt lời hò hẹn
gió mỉm cười song cửa hé vu vơ
lá nói gì lên biêng biếc hồn mơ
mà lấp lánh xôn xao hàng cây chớm

mà phố gót heo may mùa thu sớm
môi tím chiều hò hẹn thốt lời xa
phất phơ tà cuống quýt áo mỏng hoa
vườn cổ tích chuyện tình đôi xao xuyến

vườn cổ tích có đôi bờ thân quyện
trao vội vàng cơn chất ngất mềm mưa
khăn tím lời hò hẹn thốt chiều đưa
ngọt lách lối tìm nhau lùa hôn nhớ

ngọt thấm xuống lịm nhau lùa hơi thở
buổi em chờ tay thắp ngón thơm mai
đợi anh về dỗ suối bến thiên thai
hò hẹn tím chiều xưa nằm sâu kén

hò hẹn thốt lời xưa lòng len lén
giấc mây hồ ru tím phiến chiều nay.

CHỈ VÌ TA

có phiêu lãng chân sầu đưa dốc xuống
thức trong hồn nhớ quá một người xa
nào biết vì sao áo đợi gió qua
đợi hôn rót nụ cho làn mi khép

đợi thu rót heo may mùa cánh nép
có mây dừng xanh xé đỉnh cô đơn
thức trong hồn nỗi nhớ buốt từng cơn
nào ai biết vì sao trời thiên lý

nào ai biết vì sao hoài trôi nhỉ
cách ngăn dòng sông úa bóng chim rêu
có đôi bờ ngơ ngác nước lêu bêu
tàn mê bến thức trong hồn thương nhớ

hồn thương nhớ thức mê đời hơi thở
cớ làm sao sương khói trắng tay buồn
giấc bình yên thắp thuở mộng xưa nguồn
đầu tiên có bâng khuâng mình môi uống

hồ như có trao nhau tình dẫu muộn
cõi yêu nào
ai biết
chỉ vì ta.

Í A NỖI BUỒN

chỉ buồn mới rất tình chung
bên ta cùng dựa mông lung kiếp đời
bên ta rảo chợ tơi bời
phù vân ngày lấp lánh ngời bóng đêm

phù vân cõi thoáng mộng êm
chỉ buồn mỗi lúc mỗi thêm chất đầy
hai vai mang nỗi đã gầy
chiêm bao mỏi đã chim bầy cánh hư

nửa không nửa có hồ như
tự mê ngủ bến tương tư đợi chờ
chỉ buồn khói sớm giăng mờ
cùng sương trắng phủ đôi bờ hanh hao

bước trần gian bước lao đao
bước vào sâu giấc xanh xao chập chùng
chỉ mây gió lối mịt mùng
chẳng mời buồn cũng trùng phùng í a.

BÃO CHIỀU

chiều ngang qua bão rớt
hàng lá ngập lêu bêu
môi khô làn hé nhợt
khói giá trời xa xăm

đời bâng khuâng quên vớt
đông mắt buồn trăm năm
gọi tên người khôn ngớt
yêu mất rồi mênh mông

đi quanh hồn chốn lạc
bỏng khát miền hư không
ngụm tình đôi ngơ ngác
đỉnh ứa ngọt lùa răng

trái mùa treo chót vót
táo cắn ngập bờ trăng
chim rưng rưng ngậm hót
tương tư ngàn mây giăng

yêu vào tìm cõi rụng
đầy túi đựng mười lăm
gió làm cơn ướt sũng
bão chiều mang dưng không.

Ừ THÌ

ừ thì biết vẫn mong manh
phù vân đời trắng kín cành yêu đương
kín nhành cánh trắng uyên ương
mộng chưa chín đã nhánh xương cội chờ

giấc chưa chín đã cội mờ
ừ thì biết vẫn bây giờ chỉ ta
cõi yêu biền biệt í a
tinh cầu sót mỗi thiết tha cơn sầu

tinh cầu sót nỗi xưa rầu
cùng em bước lãng phiêu màu trăm năm
ừ thì biết vẫn xa xăm
yêu là mộng nước bọt tăm đó tề

nên không ai buộc cũng thề
mây riêng bóng nẻo đi về quẩn quanh
bóng yên bình hỏi trời xanh
mình yêu nhé
gật đầu
anh ừ thì.

NỖI EM

mùa yêu ở trọ đời không
may ra hiểu đóa sầu đông héo tình
đóa hoa lá khép yên bình
mênh mang trắng cội riêng mình cõi mê

riêng mình cơn mộng nằm kê
đầu lên gối ngủ miên khê trọ nhờ
may ra khi ấy bến bờ
hiểu trời đất rộng vẫn chờ một phương

đất trời rộng một người thương
chiều nghiêng bóng đổ tà dương cuối ngàn
lũ sương trọ giấc mơ tàn
may ra hiểu gió địa đàng lối qua

địa đàng gió cánh môi xa
ngày đêm nhớ cái í a hôn nồng
con chim ở trọ quán hồng
may ra mới hiểu bềnh bồng nỗi em.

CÕI NGƯỜI TA

người cõng buồn thuở đến gặp trần gian
trắng mây trôi cô liêu miền viễn lý
cõng giấc đông mùa đêm tràn mộng mị
ghé hiên nằm thiêm thiếp một chiêm bao

mái hiên nằm thiêm thiếp buổi trăng sao
sáo sang ngang ngày nghe buồn muốn chết
bỏ sau lưng phải chăng đi là hết
sóng ở lòng hay sóng vọng trời khơi

sóng ở lòng sóng cứ thế chơi vơi
xô tới lui đời rưng rưng mòn mỏi
để đôi khi òa lên cơn buồn hỏi
thế nhân sầu mấy cổ lụy thì xong

thế nhân sầu bao độ sẽ thong dong
bờ nước thôi không còn đau chia cắt
sớm mưa bay chẳng còn vương khói mắt
chẳng phải buồn nặng cõng cõi người ta.

ĐÃ DẶM

có lẽ đã người đi rồi xa lắm
lối riêng em ở lại chỉ mưa buồn
gót heo may bọt sóng vỡ chân nguồn
lạnh đổ gió thu trôi dòng du ướt

lạnh trút gió lênh đênh bờ du nước
đã người đi có lẽ đóa phai hồng
bóng mùa quên mớ cải lá lên ngồng
tàn sương buốt nẻo về hờn môi dỗi

tàn xương cánh về nằm nghiêng hoa cội
trắng mênh mông lả tả phiến riêng đời
đã người đi có lẽ cả mây trời
vào biêng biếc sầu xưa chìm mắt nhớ

vào mi khóe hoài rưng sầu giọt ở
trọ lưu niên vai tóc buổi thơm tình
khói lênh đênh vạt áo khẽ đôi mình
chiều có lẽ người đi rồi đã dặm.

ANH THÔI

tóc không cột lửng vai thề
chỉ anh thôi mớ hương tề suối phương
bến ngày đêm sáo đậu thương
nhớ từ thuở chớm dòng tương tư chờ

đợi từ thuở ấy đến giờ
tóc không cột thả hững hờ ngang lưng
chỉ anh thôi vạt rưng rưng
vướng vào yêu biết bỗng dưng khói trời

khói cay mắt khóe trông vời
chiều sương giăng trắng mây đời cố nhân
tóc không cột thả thanh xuân
chỉ anh thôi mộng tình quân xứ người

chỉ khi nào giấc nhoẻn cười
trăng rằm mới buổi xanh mười sáu mê
tóc không cột lối chân quê
vẹn nguyên em
nẻo đi về
anh thôi.

NÚI MÂY

mây yêu núi thắp phù vân
người yêu người chắc cũng ngần ấy thôi
hai bờ mộng hái chung đôi
ngủ quên giấc rụng một tôi trái sầu

xa xôi đời gót bước rầu
mây yêu núi nắng mưa màu hợp tan
người yêu người bóng quan san
nghìn năm trăng gió nỗi mang riêng mình

đất trời vẫn thế nhân tình
đi về sương khói cõi bình yên mơ
mây yêu núi trắng cung tơ
người yêu nhau viết bài thơ rất buồn

người yêu nhau thuở suối nguồn
cô đơn đậu nước cánh chuồn bâng khuâng
đã hoàng hôn mỏi bàn chân
đỉnh yêu còn dốc mấy tầng núi mây.

BUỒN XƯA KHÔN XIẾT

trời khi không nín gió
vạt áo thõng im lìm
tóc lặng thả đồi sim
chiều bâng khuâng đứng lại

dường nghe mình không phải
chiều tím của ngày qua
tình như hiểu chừng ra
ngập ngừng gương đối bóng

bờ ngây bờ xô sóng
vơ vất ngọn mù tăm
lệ hạt ngửa trăm năm
màu lăn dài giọt vỡ

tàn mê trôi nước nhỡ
rẽ dòng rêu mênh mông
lạnh buốt một mùa đông
lòng rưng rưng mắt đợi

mùa xa mùa chấp chới
ngõ mây bay mịt mùng
môi cắn trái sầu chung
răng còn nguyên vết dấu

giấc mơ đời ai giấu
trời nín gió khi không
sáo cũ chiều sang sông
buồn vào xưa khôn xiết.

CŨNG ĐÀNH

nẻo về đã trắng mây cao
cơn dâu bể đỉnh ngọn sào ngọ trưa
biết làm sao nắng vàng chưa
cũng đành lá giội lòng mưa tơi bời

cũng đành vật đổi người dời
yêu đương giấc ngủ mơ đời hợp tan
hai bờ mộng lụy đò sang
biết làm sao mở ngổn ngang chúng mình

biết làm sao bến chung tình
cũng đành giây phút yên bình sót đây
một đôi sương liễu chiều tây
dựa sông thu khói hàng cây gió luồn

hoàng hôn trút ánh tự nguồn
ầu ơ câu mẹ ru buồn đồng dao
thắp trăm năm bóng hư hao
sầu thiên cổ
biết làm sao
cũng đành.

ĐỢI

nhánh đời gió lộng trùng khơi
nhặt lên thả xuống chiều vời vợi bay
(theo áng mây bay - bùi giáng)

nhặt lên thả xuống nợ vay
có không cuộc lắm rủi may con người
rủi may dâu bể khóc cười
nguyệt non mở mắt mùng mười trăng nhô

soi trời đất mộng tô hô
nhặt lên thả xuống hư vô ngậm ngùi
sông chia mấy ngả rối nùi
là bờ mình bấy sụt sùi lòng đau

sụt sùi dăm bận mưa nhau
đủ xa xôi bến khôn lau hạt sầu
nhặt lên thả xuống mối rầu
dòng rêu mục củi nước màu lênh đênh

cái màu nước nhuộm buồn tênh
lối hoàng hôn cánh mông mênh chim bày
trổ xanh ngăn ngắt nẻo này
trăm năm thả xuống đợi ngày nhặt lên.

DƯNG KHÔNG

dưng không sao lại yêu người
em mang đi hỏi trời cười ngộ nghen
xem chừng câu biết bao phen
tới lui thắc mắc riết quen mặt rồi

tình là thứ rất ngon mồi
dưng không sao lại bồi hồi yêu anh
như trăng gió vậy ngàn xanh
nhịp nhàng vũ khúc mây nhanh chậm chờ

nụ hôn liều ngọt sững sờ
môi say lịm chết bây giờ còn nghe
dưng không sao lại yêu khe
suối trong leo lẻo mời ghe chèo vào

nhau cơn nắng hạn mưa rào
vỡ ngầm mạch ủ phun trào biển sông
nước từ xuân đến tàn đông
dưng không sao lại yêu mông mênh đời

yêu sao lại thốt chẳng lời
em mang đi hỏi ông giời dưng không.

tranh Lê Thánh Thư

CÓ LÚC

có lúc thấy lòng buồn hoa cỏ dại
phiến rơi niềm hiu hắt lá triền thu
gió lên đầy sóng sánh cánh phù du
chiều áo mỏng mênh mang tờ thương nhớ

chiều áo vạt thênh thang ngày lạnh trở
ngỡ sông mình có lúc rất dòng trôi
nỗi lục bình xao xuyến tím đơn côi
vào ướt sũng hoàng hôn chờ phai nắng

vào ướt sũng tà huy tàn lặng lặng
buổi sầu vai lả tả mớ xuân thì
tóc hàng mây có lúc thả xanh rì
bờ thơm dấu gầy anh lùa tay kiếm

trời in vết nhân gian mùa lệ diễm
cõi tình đau vơ vất đỉnh mơ hồ
cõi yêu đương cõi gót vó ngựa thồ
đời
dốc khói
bàn chân từng có lúc.

.... .

BUỒN NHƯ

buồn như con nước không bờ
triều lên xuống mặc lững lờ dòng trôi
ngược xuôi hai lối chia đôi
đi về trắng cõi phai phôi khói nhiều

đi về cõi trắng mây chiều
buồn như tay thả vuột diều đứt dây
lạnh côi cút mái chờ tây
nghe cơn gió buốt hàng cây ngói sầu

nghe cơn gió lộng hiên lầu
xô trăng nghiêng rót mộng rầu gối chăn
buồn như buổi níu áo khăn
dùng dằng gót trở đường giăng bóng tà
giăng chi quá đỗi ta bà

mùa sang thấm nỗi quan hà chơ vơ
để đêm nằm ngủ trong mơ
thấy chưa từng thế bao giờ buồn như.

TRÁI SẦU VỚI TAY

vừa tầm tay chứ đời nhau
kịp không hái chín đỏ au mối tình
đang cành ngọt trĩu chúng mình
kẻo yêu đương trổ thình lình khói mây

kẻo yêu đương trổ buồn cây
vừa tay níu chứ mùa ngây ngất trời
kìa heo may lá tơi bời
sắp chiều lay đóa rụng ngời phù dung

đóa phù dung biếc xanh thung
lũng hoang cỏ dại mông lung ngọn bờ
vừa tay giữ chứ lặng tờ
phiến tương tư chớm hững hờ đồi quên

tương tư một sớm chênh vênh
đưa năm tháng gió mông mênh dốc rầu
người xa xôi quá ban đầu
liệu vừa chứ mộng trái sầu với tay.

BUỒN ĐÃ

buồn sẵn đã mênh mang chiều ngập gió
dốc chân hoang quán xá phố say ngồi
ngón tay thơm ngậm mút mát thay mồi
nghe chén ấm mặn cay đời sương khói

hồn chén ấm ngậm cay đời em mọi
buổi hồn nhiên buồn sẵn đã giăng mờ
tuổi chưa đi nỗi sẵn xuống mong chờ
đời thao thức tiếng đêm mòn thương nhớ

đời háo hức giấc nghiêng nằm ngủ mớ
gọi ngang trời mây bóng nổi bình an
cội rơi nào buồn sẵn đã ngày sang
tìm hiu hắt trần gian mùa lá lữ

vàng cơn xế sầu thêm dài viễn xứ
vạt thênh thênh lụa áo mỏng tang tà
nẻo thu bay mộng lất phất đôi ngà
ngọc khe mở tình lên dâng buồn đã.

MỊ TÌNH

ơi này mị nói cho nghe
tình là cái buổi trời hè gió cao
là cơn nóng nực muốn trao
tay anh cởi giúp nôn nao vạt chờ

áo da mỏng mảnh khép hờ
ơi này mị nói lời nhờ cậy anh
chẳng như tình sáo loanh quanh
sang sông chi để ngày xanh lạc loài

để mưa đông nuối nắng đoài
trăng mơ gió mộng thương hoài nẻo mây
ơi này mị nói giờ đây
tình trong ngoài đã ngất ngây nhớ người

ơi này nguyệt nhú chín mười
nằm nghe suối róc rách cười cỏ khe
nói anh còn bận chèo ghe
đêm nay bắt sống le le mị tình.

ẨN KHÁT

em ẩn khát một bình yên rất đỗi
nỗi khôn nguôi dấu ái lúc bên người
đóa non môi bờ tiểu khẽ rung cười
hoa mỗi sớm ánh mai hàm ngôn nắng

hoa mỗi sớm ánh mai còn im ắng
ẩn khát em nhiên lặng phiến đan gầy
lá tay anh cùng ngắm lũ chim bầy
dù sương trắng bóng giăng trời cố lý

dù sương trắng nẻo giăng đời mộng mị
gót hoang đường xuôi ngược bước sầu vay
nước dâng dường ẩn khát nếm cơn say
vẫn xanh lối vùi khe tràn giọt mới

vẫn xanh cỏ biếc rờn nghiêng vạt cởi
trái lưng chừng đỉnh tưới hạt mưa thơm
trăm năm mừng con cá tự chui nơm
mừng em buổi bình yên anh ẩn khát.

MỎI

mỏi rồi mây xuống mênh mang
buồn hiên lá rụng ngập vàng thềm rơi
cánh yêu nghiêng phiến chơi vơi
trăm năm xưa bậc tìm hơi cũ nằm

hàng xương trắng tối mơ rằm
mỏi rồi cơn mộng giấc dằm xước êm
trời xa lữ khách tình thêm
bóng quên lãng rót tàn đêm chập chùng

gió chân trọ bước trùng phùng
đôi thân ghé quán hợp cùng nỗi riêng
mỏi rồi thiên lý cô miên
lả bay mấy cũng tịch nhiên dốc sầu

lả trôi mấy cũng giang đầu
lục bình sông dạt tím màu ngổn ngang
thắp hoàng hôn bến mùa sang
khói vào nhau nhé chiều đang mỏi rồi.

Ở ĐÂU

ở đâu phật ở nơi nào
chỉ giùm em đến xin vào cõi tu
cõi buồn có lão tiều phu
bên bầy nai gót suối du lãng triền

bầy nai suối gót chân hiền
ở đâu sông sóng muộn phiền gột trôi
chỉ giùm em dẫu xa xôi
đường mây lặn lội tìm đôi bóng hình

tìm đôi chung bóng nhân tình
bèo dâu bọt nước yên bình trăm năm
ở đâu cá lội về thăm
chỉ giùm em khoảnh khắc dăm đợi chờ

chỉ giùm em ảo ảnh mờ
gương soi dòng khói lững lờ sầu nhau
bến là kiếp trọ ngày sau
yêu anh giấc mộng phai màu ở đâu.

CÓ KHI

có khi nắng bỏ chân đồi
về đầu núi ngủ quên chồi lá non
quên mùi mật thảo men mon
lên hôm môi cỏ ướt ngon bờ nằm

cỏ sương giọt ướt ngọn đằm
có khi mộng để lại dặm trong mơ
thêm vào giấc ngủ bơ vơ
thêm trăm năm nỗi buồn ơ thình lình

con chim hót tiếng gọi tình
cá bơi khe suối rập rình tìm nhau
có khi chỉ mỗi niềm đau
cuối trời mây đợi xưa sau vẫn là

cuối trời mây nước dương tà
trọ hoàng hôn bóng giang hà phai phôi
mai kia ở chốn xa xôi
biết đâu lại chúng mình ngồi có khi.

TÌM NHAU

thiên di đi đâu mà hoàng hôn lối vội
để xa buồn vất vưởng cánh bầy hoang
anh đi đâu mà trống vắng màu loang
cơn mộng mãi sầu em chìm mê lạc

người đi đâu mà trần gian nỗi vạc
bến trông chờ khản tiếng gọi trùng dương
đổ đôi bờ mưa rụng hạt ngàn phương
nhành lá sớm vàng hoe lên quạnh quẽ

chiều đi đâu mà bàn chân lặng lẽ
dốc nghiêng đời vòi või quá chừng tay
ngón vươn dài níu chẳng nổi trời bay
hoài gió cuốn biệt ly về muộn gánh

đường gót mỏi rồi mùa ơi đẳng đẵng
bóng ngăn chia nước khói đã rêu dòng
vỡ mênh mông trắng ngỡ sóng trong lòng
tình mới đó đi đâu mà riêng mối

yêu mới đó đi đâu mà giăng dối
áo khăn bồng ngơ ngác dõi tìm nhau.

VÌ SAO

tự hỏi trăm lần vì sao yêu anh
em tự hỏi mình nghìn lần như thế
câu hỏi tới lui triệu lần chừng dễ
lời kinh môi nhật tụng chú đêm ngày

lời kinh khuya kinh sớm chẳng ai bày
vì sao yêu anh người dưng xa lạ
lắc lơ hôm chiều rơi tuôn lả tả
lá sông rêu khô mục củi trôi hờ

con sáo kêu giọng cũ vắt trên bờ
quên cỏ thì xanh hoa thì vàng từng gót
vì sao yêu anh chim hoài tiếng hót
mưa thì đời gió thì cõi trời mông

em cuộc tình riêng lối bước về không
mây buốt bâng khuâng hoàng hôn nẻo nhớ
khói hay sương chập chờn anh hơi thở
yêu nghìn trùng dấu vết biệt vì sao.

CÓ KHÔNG

có buồn không lúc xa người
mà sao rất gió đông cười khóe môi
rất bờ lá mỏng chiều trôi
hoàng hôn ngả tím trời phôi pha màu

cuối trời mây tím dàu dàu
có buồn không lúc qua cầu áo bay
lục bình nước chảy sầu vay
nợ xin trả hết heo may kẻo dòng

ngược xuôi cõng nỗi mơ mòng
xanh sông rêu vác đèo bòng mối yêu
có buồn không bước liêu xiêu
mỗi khi chân bến quạnh hiu gót chờ

ru linh hồn phiến bơ phờ
mênh mông khói với lặng tờ chung hơi
phiêu bồng khăn áo chơi vơi
buồn nghe như đã tự đời có không.

TRỜI CHO

đàn bà ba vạn một lon
mang về trải nhé chiếu gon mời nàng
nâng niu giấc tắm trăng vàng
sẽ đêm ngời sáng hai hàng ánh sao

sẽ lung linh thắp ước ao
đàn bà cõi thỏa nôn nao địa đàng
xanh ngăn ngắt trái mơ màng
cắn vào ngọt lưỡi lịm tràn mật thơm

cắn vào càng ngập càng đơm
lửa lên thiêu đốt đụn rơm phơi đồng
đàn bà lụa gió mảnh hồng
đẩy cờ phấp phới non bồng người leo

nằm nghe quân sĩ hò reo
đỉnh đầu tướng lĩnh vành treo chín tầng
lâng lâng cung cấm mở vầng
đàn bà hé lối vô ngần cánh son

đàn bà thế đó quà ngon
mở lon đôi gối mỏi mòn trời cho.

NHƯ KHÔNG CÓ BUỒN

ba đồng một mớ đàn ông
buồn mua về cột lông nhông ngoài vườn
hay là lột hết treo giường
dọa cơn đêm tiếng miên trường chim kêu

ai bày trò rất đầu têu
ba đồng một mớ lêu bêu cả xế
buồn mua về thả rông tề
hay cho kiến cắn muôn bề đỏ au

rồi đem xát muối đỡ đau
phơi non nắng bọn lau nhau trẻ mừng
ba đồng một mớ tưng bừng
buồn mua về nướng thơm lừng chắc ngon

hay dành dụm buổi men mon
lối thiên thai bước mở son gót hồng
đỉnh ru giấc ngủ hương nồng
ba đồng một mớ phập phồng đàn ông

ba đồng một mớ mênh mông
mua về mới biết như không có buồn.

ĐỘ

độ em gặp gỡ hôm người
giữa đông lạnh đóa giá cười khẽ môi
khẽ con nước đẩy dòng trôi
nhịp yên bình sóng lập đôi vỗ bờ

sóng mơ biển lớn tôn thờ
yêu anh cõi kiếp bất ngờ độ em
quả xa ngọt ướt chờ đem
trao ngon tay nắm que kem lòng mừng

từ đây cuộc gió thôi dừng
hồn nay ngát trổ thơm lừng cỏ hoa
độ em độ cả í a
lá đa một chiếc nguy nga phơi gò

thằng cu tí đến thập thò
trời cho từ thuở tò mò trò chơi
mây bay ghé bến thảnh thơi
nhé vào mộng tụng kinh lời độ em.

MỘNG

loi ngoi con nắng rớt chiều
như em rớt lúc anh triều xuống lên
triều dâng đỉnh ngọn gió rên
lần đầu ngọt nếm mông mênh lạ lùng

lần đầu giọt nếm tương phùng
để mai biết sẽ gót dùng dằng quay
như em khi ngón gầy tay
níu anh cúi xuống ngụm say ướt nhòa

ngụm hôn nhắp khắp chín tòa
mây thiên đường thật ảo hòa men chung
thiên đường chất ngất thân rung
như em môi võng anh đung đưa nằm

như em bỏng khát trăng rằm
thênh thang da thịt nong tằm mùa yêu
lá dâu ăn rỗi bao nhiêu
cũng không đủ đứa mộng nhiều như em.

HỒ

hồ vừa nhớ đã hồ quên
bàn chân gót dốc chênh vênh quán đời
bàn chân dốc mỏi mây trời
lối phiêu du trắng phiến ngời tàn hư

bốn mùa hạt trắng mưa dư
hồ cơn mộng thoắt về như đi mà
về đi một mộng ta bà
chung ân ái cuộc suối già khe non

suối xa ngủ giấc khe son
ngậm cùng nhau trái môi ngon thiên đàng
hồ trăng nguyệt cõi mơ màng
trần gian sương khói cuối ngàn nẻo mơ

nẻo hoàng hoa biếc màu tơ
vàng đưa sông giấc sầu thơ bồng bềnh
tình lên gió lá dập dềnh
cánh khô vụn rắc buồn tênh tựa hồ.

ƠI EM

ơi lòng giữ thế đam mê
cho chân nhé gót nhẹ nghê thường đời
bước đưa vũ khúc mây trời
đôi tà mơ trắng ghi lời ái ân

đôi tà mộng trắng thanh xuân
ơi tình mặc lối bâng khuâng cõi tìm
nhé môi mắt khẽ im lìm
dẫu sầu giọt thắp sương chìm gió đông

dẫu sầu lệ bóng màu không
lục hồng lá đẫm mênh mông ngậm ngùi
ơi hồn nhiên cứ quen mùi
nhé chăn gối lạ ngọt bùi hôm qua

nhé yêu gần với yêu xa
để trăm năm mãi thiết tha đi về
trăm năm chẳng hứa chỉ thề
nhớ thương đưa lối đôi kề ơi em.

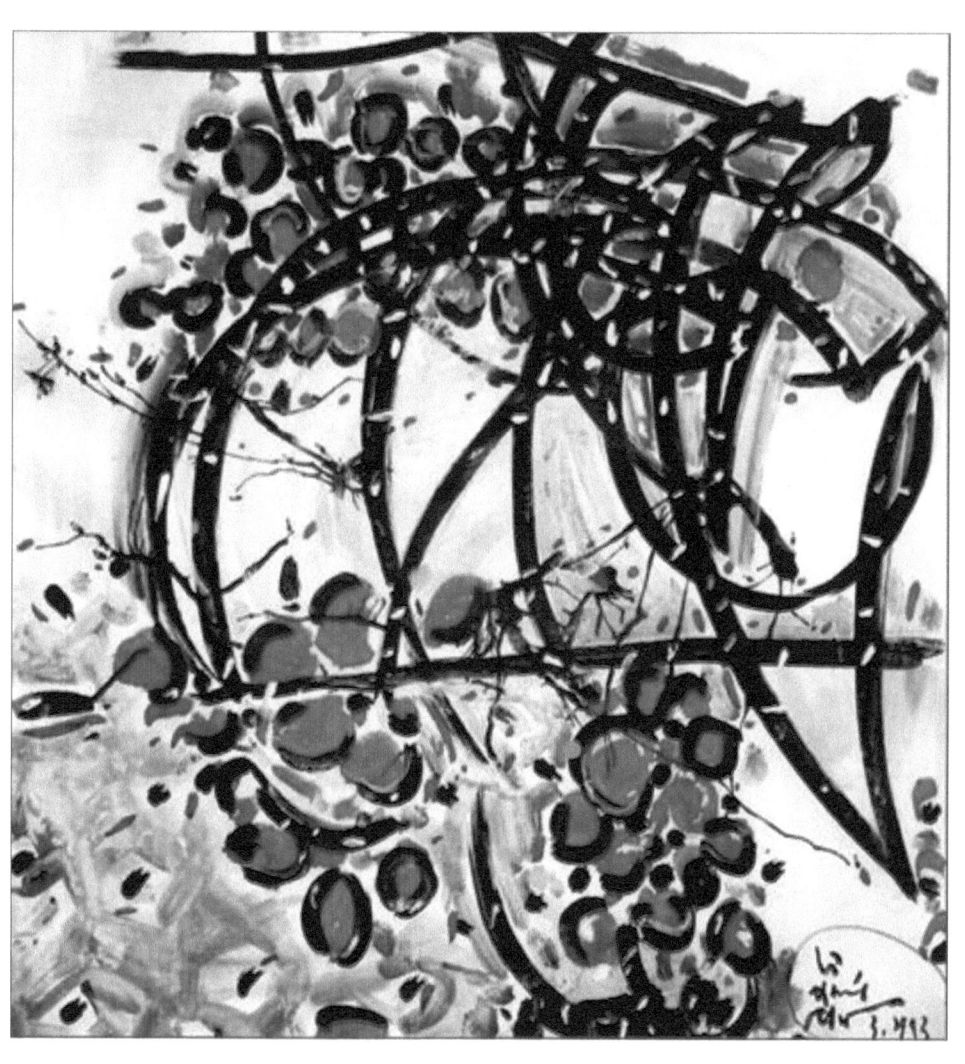

tranh Lê Thánh Thư

LÀ KHI

lúc bàn tay trót bàn tay
níu vào nhau ngón heo may dịu dàng
là khi nắng úa sợi vàng
dăm ba tơ cuối mỏng hàng chiều rơi

dăm ba muộn mỏng chiều phơi
lúc xa mấy độ người ơi mịt mùng
lá lay vội mãi nghìn trùng
là khi trắng xuống vô cùng khói sông

là khi khói đã dòng không
vai anh em tựa sầu mông mênh trời
lúc thiên cổ nguyệt nghiêng lời
trăng ôm bóng mộng ngủ đời phù du

là khi ngát dậy mùa thu
mùi xưa táo cấm mời ru cây vườn
chiêm bao lối rẽ hoang đường
lúc môi mật nhấp khôn lường chẳng hay

lúc môi hoa cạn sương lay
hồ như cánh
lẻ chim bầy
là khi.

ĐỢI CHỜ

đợi nhau quán dốc lưng chừng
chờ nhau hiên trú ngập ngừng mái thưa
ngập ngừng cô lý đường mưa
hắt hiu đời lối dây dưa cuối trời

hắt hiu bóng xuống tơi bời
bàn chân bước đợi trông vời cố nhân
gót chờ xa tít phù vân
hoàng hôn sóng vỗ lòng bâng khuâng chiều

bâng khuâng triền sóng lên nhiều
tiễn đưa đò lá sáo diều ra khơi
trước sau đợi cũng màu phơi
muộn hay sớm cũng tàn rơi nỗi chờ

trăm năm chờ sẽ lặng tờ
củi rêu dòng mục hững hờ buồn trôi
như con nước lỡ làng đôi
tháng ngày đợi cánh buồm phôi pha tìm

tháng ngày đợi bến sương chìm
ta bà chờ bãi im lìm khói thêu
tình cơn mộng cũ lêu bêu
yêu đương xưa giấc ghẹo trêu nghìn trùng

ghẹo trêu cái kiếp mịt mùng
nẻo mây trắng
gió mông lung
đợi chờ.

BUỒN EM

buồn em đã chín hổm rày
nghe than anh nói ô hay bao giờ
rồi cười hỏi vậy chứ thơ
của ai mà rất xanh lơ màu trời

của ai màu rất xanh ngời
mặc buồn em đã chín vời vợi mưa
mặc bờ anh nắng mới đưa
vàng tơ chớm nhú lưa thưa hạt về

cái hôn anh bữa đó tề
mật vừa rưới lớp úp mề còn non
buồn em đã chín màu son
rục thêm chút nữa héo hon môi hồng

rục thêm chút nữa môi nồng
yêu anh dấu vết bềnh bồng hồ như
hoài sông nước mộng tương tư
buồn em đã chín phù hư mây bèo

buồn em đã chín leo trèo
trái chờ đợi hái eo sèo dòng không
đợi trông muôn nỗi sầu đông
ngón tay đời thắp mênh mông trắng ngày

anh đừng gom nữa heo may
khói xa đã
chín mọng đầy
buồn em.

YÊU LÀ

nhớ xưa mẹ hát ơ ầu
yêu là trái chín rục sầu lòng ai
phiền hà lắm mớ con trai
làm thân gái chớ dại mai mốt buồn

làm thân gái nỗi mưa nguồn
yêu là cánh mỏng sầu chuồn bâng khuâng
được dăm mùa tiết lập xuân
còn đâu gió thốc phong hân kín trời

còn bao nhiêu gió ngang đời
luồn trong bờ giậu mọng lời rủ rê
yêu là sầu ái lê thê
vướng vào gai buốt dặm mê mải trèo

vương vào buổi trắng mây đèo
chiều lên ngát tím giọng chèo bẻo kêu
meo meo tiếng bẻo như trêu
yêu là sầu giấc lêu bêu sông hoài

yêu là sầu ngủ đông đoài
hai bờ mộng mị lạc loài bến xa
biệt ly thảng thốt đi qua
nghe ra tình dấu í a bóng rầu

nghe ra tình bóng bên cầu
yêu là
treo đỉnh ngọn
sầu nhân gian.

KHI ANH

khi anh còn mãi bên trời
thì xa xôi vẫn riêng lời mây bay
hững hờ gió cánh về lay
lối quanh co buốt heo may sớm chiều

heo may lặng lẽ trút nhiều
khi anh con sóng dâng triều nhấp nhô
thì ghềnh đá vẫn dòng xô
mòn nghiêng bóng đổ trăng ô nước tàn

mòn nghiêng bóng đổ trăng làn
hôm đêm ôm riết đóa ràn rụa sao
khi anh ngọt lưỡi tình trao
thì thiên thu biết sầu cao đã gần

thì thiên thu biết đã ngần
ánh non xanh biếc chín tầng rưng rưng
khóe hoa lệ ướt khôn dưng
khi anh khoảnh khắc sương ngưng giọt mềm

khi anh tay lót êm đềm
thì mưa em lá rụng thềm gối ru
đâu cần phải trắng mù u
mới nghe ra cội phù du rất đời

thì ra nghe rất ạ ời
con tim yêu
cất giọng mời
khi anh.

MÙA YÊU

thềm rêu ấy bàn chân mai có mỏi
rủ nhau về lối sót chút ngày dư
nắng loang chiều may sót chút hồ như
hồ như đến hồ như đi đời ngỡ

hồ như đến hồ như đi đời chợ
kiếp vào mây nẻo trắng một hư phù
gió ngàn khuya vỡ rúc tiếng chim gù
hoàng hôn quách thành xây sầu dấu tích

hoàng hôn quách thành mơ cơn tịch mịch
giấc hồ xưa vội vã mặt quay rồi
tối màu em cũ chốn để riêng ngồi
bầy khô lá vụn sông dài trôi rất

bầy khô lá dải sông tàn ẩn dật
củi ghềnh ôm mộng ngắn thuở xanh ngàn
thở hồ khe róc rách chợt thiên đàng
non ngực vút đồi trăng nhô mượt cỏ

nhô ngực vút đồi non cơn bụi đỏ
viễn ly thân thứ lữ khói sương mờ
đẫm phiêu du cố lý trở đôi bờ
hồ như có hồ như không vòi või

hồ như có hồ như không tình gọi
hai trời mình
kịp chứ
bóng mùa yêu.

NHÉ YÊU

mình yêu nhau nhé anh ơi
ngoài kia bầy sẻ đã lời vu vơ
đã vàng nắng hắt hiên tơ
tường tây mái lợp xanh lơ mấy tầng

xanh tây mái lợp đường trần
mình yêu nhau nhé nẻo gần sắp xa
sẽ bâng khuâng lắm í a
cánh chim lữ thứ chiều qua xứ người

cánh chim lữ vắng môi cười
sầu treo trái chín thơm mười sáu trăng
mình yêu nhau nhé khó ngăn
trận hôm sớm tháng ngày khăn áo vùi

sớm hôm trận khát khao mùi
hương ân ái lén giọt chùi tương tư
trăm năm một mối hồ như
mình yêu nhau nhé mùa hư đợi chờ

mình yêu nhau kẻo bất ngờ
lấp la lấp ló bên bờ môi hôn
trắng đời xóa dấu tình chôn
dựng mưa khua cuộc dại khôn gió trời

dậy mây mưa cuộc tơi bời
đừng rời nhau
nhé mãi đời
mình yêu.

CẦN

nghe chiều cần lắm quẩn quanh
tiếng người thương dẫu tròng trành lá nghiêng
giọt sương rơi lạnh ngói hiên
cũng là thêm chút bình yên quê nhà

cũng là nỗi nhớ đó mà
nghe lòng cần hạt mưa à ơi thơm
ru hồn phiêu lãng vàng rơm
cái hôm mùa chín môi đơm mật nồng

mật em buổi chín môi hồng
buồn chia ly đến bềnh bồng tóc bay
nghe cần như thế bàn tay
ngón vùi khói buốt anh lay khuya tàn

trắng vùi khói gió khuya tràn
hương đưa dạ lý mơ màng buồm lên
căng đầy ngực sóng gọi tên
nghe cần ấm áp kề bên gối tình

nghe chừng cần quá đôi mình
thuyền xa khơi đỗ kịp hình bóng nhau
cơn sầu cũ trái rụng mau
nuôi dòng nước ngọt sông nhau dỗ dành

nghe ngoài bến bước chân anh
trời đang mộng
rất vào xanh
mây cần.

CÓ GÌ VUI

mùa đương hạ dưng không tràn khói biếc
gió thắp gần mây tím ngọn mù loang
để nỗi buồn đơn chiếc bóng chiều hoang
sà thấp hỏi có gì vui lòng mắt

có gì vui mà cười cơn hiu hắt
mùa đương không quạnh quẽ lối đi về
nắng trốn đâu biệt tích hạt ê hề
sầu phố xá tiếng chim chờ cây chín

sầu phố xá tiếng chim thời gian vịn
có gì vui hoài hủy tháng năm ngồi
mưa quả sâu hạ khuyết thấp thỏm đồi
mùa thất bát dế giun mòn trông sáng

mùa thất bát dế giun nằm đêm quáng
bụi tường vi lặng lẽ xác xơ mình
có gì vui mà cố lý mơ tình
vườn hạ nắng dưng không ngày trút lá

ngày hạ trắng dưng không mùa bay lả
nẻo qua trời cánh buốt đẫm sương lay
thuở yêu người mộng lá ngẩn ngơ say
thì nay có gì vui hà cớ tiếc

thì nay mới dưng không đời thắm thiết
hạ đóa vùi
môi trổ
có gì vui.

tranh Lê Thánh Thư

ĐÃ BUỒN

đã buồn vạc gọi dòng không
đã sầu héo úa vàng bông níu mùa
vàng giông gió úa ngang lùa
đường trần ai nẻo cợt đùa bóng câu

đường trần chim nép ngói nâu
đã buồn rưng khóe mắt sâu vó bày
đã sầu lên kỷ niệm gầy
ngựa vai nhịp gõ nặng đầy ngổn ngang

bãi bờ nhịp gõ đò sang
nhớ thương sông đỏ tràng giang nỗi chiều
đã buồn vời vợi buổi kiều
đã lầu ngưng bích sầu triều nước dâng

đã sầu ngọn lạnh phong hân
bến ngày mỏi gót phù vân ngập ngừng
bước nhân gian bước xem chừng
đã buồn mấy độ thơm lừng hồ như

đã buồn mấy độ tương tư
đã sầu tượng đá thiền sư kiết già
vô ưu tượng đá ta bà
vẫn xanh bận bịu lá tà ngóng trông

ngó lên xanh lá mênh mông
nào hay lòng
trổ sầu đông
đã buồn.

YÊU NGƯỜI

yêu người một cuộc chiêm bao
đêm treo mắt bão lao đao mộng dài
thiên đường chặt cửa then cài
khép ngăn dốc bước chân hài rách bươm

gót hài hạ giới rách tươm
yêu người thơm mối tình rơm rạ mùa
xót rơm rạ ngọn cợt đùa
ông sư phải gió tụng bùa nam mô

lá bùa tụng chú tô hô
đồng khô ruộng cạn nước rô phơi bờ
yêu người mải miết vọng chờ
nên thơ nào biết bất ngờ tặng không

nên thơ nào biết màu đông
chiều qua rất xám tàn trông mong gì
rêu thềm xưa bậc xanh rì
yêu người cánh rũ cội kỳ hạn rung

yêu người như thể phù dung
bạt phiêu tấm lụa tháo khung kéo cờ
sầu tuôn cát bụi mịt mờ
trận thua trắng lối lặng tờ buồn trao

nào ai cuộc vội trăng sao
sâu em vẫn
giấc ước ao
yêu người.

NGỠ CHỪNG MEN MÂY

cỏ thơm tho dậy bàn tay
mở ngoan hứng ngọn phùn bay tơi bời
ngỡ chừng yêu cúi xuống lời
an nhiên thế nhé cho trời xanh thơ

cứ an nhiên thế cho mơ
hoài hiên mái trú ngày tơ giăng sầu
thềm ơi chớ mắc võng rầu
ngỡ chừng yêu rất mùi ầu ơ xưa

ngỡ chừng yêu rất cơn mưa
thuở chim sáo lí nhí thưa qua cầu
buồn chi buồn bấy hỡi trầu
để bờ cau héo hôm lầu nguyệt rơi

bờ cau héo buổi trăng phơi
ngỡ chừng yêu gió non khơi ngút ngàn
heo may nhớ trút vô vàn
dốc nghiêng nghiêng đổ treo tàn khói sương

dốc nghiêng nghiêng nỗi niềm thương
mùa xa xôi ráng vàng vương mắt triều
ngỡ chừng yêu sóng nước nhiều
dâng ăm ắp buổi mây chiều lá lay

buổi men mây nhắp lòng say
môi yêu người
trót ngụm cay
ngỡ chừng.

MẮT ƯỚT NỖI CHIỀU MÂY

kiếm giùm em niềm vui ngày qua lạc
tím hoàng hôn lấp lóa khói muôn trùng
lá vạc kêu vắng vẻ nguyệt khôn cùng
ngàn sương trắng tàn đêm mờ da diết

ngàn sương trắng tàn đêm vào khánh kiệt
gọi giùm em mùa cũ gió quay về
lũ sương thơ ngơ ngác bóng trăng thề
nhòa sớm cúi vạt sao tà nghiêng lối

nhòa sớm khuất mù soi hồn gương đối
xuống hư hao ghềnh đá mỏi nương nhờ
dỗ giùm em ngọn sóng nói riêng chờ
tiền kiếp vọng nghìn năm bờ thương nhớ

tiền kiếp vọng ốc sên buồn vô cớ
cỏ già nua bặt chết tiếng im lìm
đám rong rêu tự vẫn đáy sông chìm
giùm níu với niềm vui trời thiên lý

giùm nhắn với niềm vui đời mộng mị
bến mơ say liễu rũ đã xanh sầu
nước khuya ôm thống thiết đã chân cầu
màu phai buổi tay xưa hoài mưa khát

giùm vui buổi tay xưa niềm anh tạc
vẽ em bằng
mắt ướt
nỗi chiều mây.

MỘNG CHƯA

hạ chưa thu đã buồn tênh
phơi lòng mưa dấu mái luênh loang mờ
dấu luênh loang hạt ơ hờ
buốt hư ảo tím bất ngờ lá lay

buốt hư ảo lá heo may
mùa chưa úa đã trời bay trắng làn
thắp tay anh khói vô vàn
mây hay lệ lũ sương tàn chiều rơi

mây hay lệ nước chơi vơi
dòng trôi cũ nhánh lạc tơi bời sầu
ngày chưa xuống đã giang đầu
hắt hiu một bóng nguyệt lầu trăng treo

hắt hiu một bóng trăng theo
thuyền không bến đỗ đời neo sông hồ
đời neo ngựa vó vai thồ
người chưa đi đã gió ồ ạt mau

tình chưa nguôi đã về sau
nhớ thương biết sẽ nỗi đau dâng hoài
trăm năm tan tụ miệt mài
chiêm bao mấy cũng thêm dài lênh đênh

yêu thêm mấy cũng mông mênh
vào em giấc ngủ
bồng bềnh
mộng chưa.

ĐÔI KHI

đôi khi thấy rất lòng mưa
ngỡ như mình mới vừa đưa chính mình
hai hàng cây tiễn in hình
lên cơn gió mảnh hồn tình lẻ loi

xé cơn gió mảnh trời soi
đôi khi thấy rất dòng ngoi ngóp tìm
buồn như sông đáy im lìm
sóng hai bờ cuốn đời chìm bể dâu

hai bờ dâu bể về đâu
lớp nam ai rụng xuống thâu đêm chờ
đôi khi thấy rất lặng tờ
yêu như nguyệt chín bất ngờ trái rơi

yêu như nguyệt chín trăng phơi
đầu non bóng xế ngọn tơi bời sầu
niềm chừng nước cũ chân cầu
đôi khi thấy rất phai màu bèo mây

đôi khi thấy rất thành xây
khói sương ngỡ cổ độ tây mịt mùng
bến thương nhớ trắng vô cùng
và lầu vọng tím muôn trùng cõi xưa

cõi biền biệt tím vào chưa
mà em mộng
giấc đã thừa
đôi khi.

MƯA HOÀI

mưa hoài chiếm chỗ của mây
chiếm luôn lòng phố mỏng gầy dấu xưa
phố buồn gầy sợi dây dưa
nhớ không gọi cũng dạ thưa sớm chiều

nhớ không gọi cũng dâng nhiều
hôm mưa hoài sáo buồn triều nước trôi
ghế anh ướt sũng hạt đôi
bâng khuâng cội thắm đơn côi lá vàng

bâng khuâng nắng tắt địa đàng
áo khô chẳng đặng trên giàn tím mua
mưa hoài ngọt trái thành chua
xanh hoa đang nụ cuống khua rụng đài

xanh hoa môi cánh ngưng cài
đóa cười thôi mộng tưởng dài yêu đương
cớ can chi dỗi cội xương
trắng mưa hoài để mùa thương mãi sầu

trắng mưa hoài để em rầu
heo may tháng chớm bắt đầu sao rơi
giọt thu chờ đợi chơi vơi
mới xa biệt đã trùng khơi vạn ngày

anh đừng đốt nữa khói bay
về phương em
khóe mắt cay
mưa hoài.

VÀO ĐÊM

em gửi nỗi vào đêm lời ươm mật
sợ ngày sang giấc sớm dở dang say
sợ tàn phai sớm trắng sẽ heo may
dòng sông dốc buồn nghiêng màu lá trút

dòng sông lá hôn mê buồn nghi ngút
gửi em vào đêm nhé lũ cô đơn
tiếng lặng im côi cút sẻ trong cơn
giông tố bất ngờ ngang lùa băng giá

giông tố bất ngờ mang lùa tơi tả
mái rêu hiên phiến gió rít ân cần
ngói dầm mưa em muốn gửi như lần
thịt da hé lịm cong hờ muôn nỗi

lịm cong hé hạt môi hồng cánh vội
buổi anh qua chấp chới nẻo hư phù
ngón tay đan thắp níu đỉnh dâng mù
bờ sương khói gửi giùm em hồ mộng

bờ khao khát gửi giùm em đời động
cuộc lên men giọt mới buốt thơm tràn
suối nước khe rượu nhắp ngọt vô vàn
nhau ân ái mây trời trôi xanh rất

sau ân ái mây trời xanh duy nhất
yêu anh niềm
không đổi
gửi vào đêm.

LÀM SAO NÓI HẾT

làm sao nói hết bằng lời
tình yêu em buổi vợi vời anh xa
như con sông thuở thiết tha
trôi tìm nhau nẻo lạc phôi pha màu

mùa phôi pha nước chân cầu
làm sao nói hết dây bầu bí leo
tấc lòng vàng trắng hoa treo
mảnh thân thảo biếc xanh đeo nỗi giàn

thảo thân xanh biếc mai tàn
bụi phơi khe đá mơ màng lối mây
làm sao nói hết chiều tây
có em hoài vọng nơi đây chốn về

hoài em vọng chốn trăng thề
khi loài giun dế đã kề giọng rên
khi da thịt buốt lênh đênh
làm sao nói hết mông mênh núi đồi

làm sao nói hết căng chồi
ngực non mọng cỏ thơm rồi bờ đêm
khát khao giọt đợi sương thêm
mật vào lịm ngọt ngậm êm lúc đời

ngày em tiễn bước anh rời
nói làm sao hết
chim trời
cánh bay.

tranh Lê Thánh Thư

ĐỜI HOÀI MỘNG XIN

"bất tri chu chi mộng vi hồ điệp dư?
hồ điệp chi mộng vi chu dư?"
(trang tử)

xin đời mộng chút màu mai
kẻo đông sớm sẽ mùa dài trăm năm
xin trong khoảnh khắc giấc thăm
cố nhân dừng bước chân ăm ắp tình

cố nhân từng chốn yên bình
xin đời mộng nhịp đôi mình gộp chung
vào mong manh cánh khẽ rung
chiêm bao hồ điệp chiều lung mây ngàn

chiêm bao chiều bướm bay đàn
nương theo vạt gió muôn vàn hồ như
xin đời mộng lối tương tư
dẫu hoa cỏ nẻo thực hư khó tường

nẻo hoa cỏ dẫu vô thường
để đêm xanh rất miên trường phù du
miên trường bóng rọi trăng lu
xin đời mộng ngủ lời ru sóng bờ

xin đời mộng cứ câu chờ
biết đâu được lẽ bất ngờ mà lo
chập chờn huyễn ảo tàn pho
kinh xưa cổ độ bến gio sương cài

khói xa mờ cứ đông đoài
và
em cứ tiếp
đời hoài mộng xin.

LÀM SAO QUÊN

làm sao quên được mà quên
ngoài kia mưa liếp vênh phên mái chiều
hạt nghiêng lạnh sũng ướt nhiều
lên trùm mộng ước cánh diều chơ vơ

trùm lên mộng ước trời mơ
quên làm sao được tình thơ những ngày
bàn tay thơm nắm hao gầy
nắm hư không cuối ngàn bầy chim di

cuối ngàn nắm buổi từ ly
đi là đi chớ hồ nghi nẻo về
quên làm sao được dấu thề
in vào khóe lúc môi kề cận môi

lúc môi kề ấm đơn côi
vẫn mờ mịt trắng nẻo đôi chúng mình
vẫn cô liêu xẻ bóng hình
quên làm sao được yên bình từng ta

quên làm sao được màu hoa
anh cài lên tóc gió qua suối luồn
mê man đồi tắm khe nguồn
buốt da thịt cõi ru buồn mông mênh

phía sau lưng của lênh đênh
nhớ hoài
ký ức bồng bềnh
quên sao.

TA BÀ CÙNG EM

gánh vai mệt quá ơi à
buông cùng em nhé xuống tà chiều rơi
vạt tà chiều đổ khôn vơi
tàn sương trút trắng nỗi phơi bộn bề

nỗi phơi trắng bước ê hề
gánh xa có mệt nẻo về ngồi xưa
cùng em lá bóng buông trưa
gửi dòng thương nhớ ngày chưa bến chờ

gửi sông thương nhớ lặng tờ
nghe thiên lý rót mịt mờ khói dâng
khói tràn gánh trĩu phù vân
buông cùng em gót nhẹ chân lối ngàn

cùng em buông giấc địa đàng
vào trong mộng ngủ hoa vàng thuở thơm
cái mùi cũ rích đất rơm
quen từ độ gánh đầy đơm đường trần

trần ai nợ gánh ân cần
buông cùng em gió bao lần ngược xuôi
thuyền căng buồm cánh tình nuôi
chật khoang môi chở lòng vui giang hà

rượu men nguyệt đã trăng ngà
buông sầu chén
nhắp ta bà
cùng em.

THÌ NHƯ

(nhân sinh như ký
đa ưu hà vi..
tthiện tai hành kỳ - tào phi)

hang sâu thì gió ê hề
đẫm sương áo lạnh phong khê cốc chiều
như hương quán sớm khuya nhiều
khói mây trắng xóa gót đìu hiu xa

khói mây trắng quá í a
nhìn ra thì đã lòng ta rất buồn
nhân sinh ký gửi tự nguồn
nỗi ta bà thấp thoáng chuồn đậu bay

nỗi chuồn thấp thoáng trời say
bờ thiên lý buốt tàn lay lá thuyền
thì rơi đi bóng trăng huyền
cho tròn dâu bể câu nguyền thệ xưa

nguyện thề như sáo thuở chưa
buổi chia nhánh đục nghiêng mưa sóng sầu
vọng treo cổ độ non đầu
thì mơ màng ấy sẽ lầu hoàng hôn

thì yêu ấy sẽ tình chôn
vó đưa khách lữ cô thôn nẻo chờ
mênh mang viễn xứ như mờ
hồ nghi niềm cũ lặng tờ nước mê

củi trôi dòng mục chán chê
ưu tư mấy cũng lối về
thì
như.

CHẲNG GÌ THAY THẾ

chẳng có gì thay thế được anh đâu
những nhạc những tranh vỗ về an ủi
buổi vắng tênh em nghe lòng rất tủi
vơ vất nhìn trời chỉ dải mây bay

chỉ dải mây bay vướng víu gầy tay
nhắc khẽ này em chẳng gì thay thế
được anh đâu bởi ngày tàn hoa để
đóa vô thường đêm mỏng mảnh phù dung

hư hao em cúi xuống mặt dòng lung
rưng rưng mắt rêu lững lờ trôi đáy
chẳng gì thay anh muộn phiền sông chảy
gió muôn trùng lạnh ướt đã bờ vai

biết sớm rồi sẽ đến một sầu mai
buốt ghé thong dong cần chi vàng lá
đẫm xuống đôi ta mùa rơi lả tả
chẳng thể nào tìm kiếm được tình thay

chẳng thể nào tìm kiếm được người vay
giả dụ đời sau thật xin lần nữa
đến bên anh nhận tràn môi mật ứa
ngậm vô cùng cái thuở mộng về lâu

có lý nào em mãi cứ bóng câu
khi duy nhất anh
chẳng gì
thay thế.

NGÀY KHÔNG ANH

những ngày không anh những ngày chót vót
tím mây buồn mây biếng chẻ đường ngôi
nghe em than anh buột khẽ lời môi
hư quá chỉ vậy thôi rồi bỏ lửng

những ngày không anh chiều đi lững thững
kín vòm cây nỗi nhớ trổ vô cùng
thuở nhỏ học câu rất đỗi mịt mùng
giờ mới hiểu quan san nghìn chia cách

những ngày không anh sông dài viễn khách
sóng lao xao nước lớn lệ xô bờ
lũ phù hư hờn dỗi trắng lên chờ
chúng giận lẫy chúng mình ư có lẽ

chúng giận lẫy vì đôi mình cô lẻ
ghép thành hai mà hai đứa hai phương
khói thuốc anh mờ khuất nẻo em thương
sương buốt xuống nhạt nhòa thêm dư ảnh

những ngày không anh mưa sao chẳng tạnh
hạt rơi nghiêng mải miết một mùa thừa
mở tay gầy em ấm vọng về xưa
sầu vạn kỷ u hoài rơi thánh thót

em không anh gió trời dao bén ngót
nhọn rạch tình
lưỡi ngọt
xé ngày xanh.

CÒN THƯƠNG KHÔNG ANH

còn thương không anh em mùa thu cũ
mây bay cao thiếu nắng nhạt môi hồng
mê mải lạc người rớt lũng hư không
chiều chấp chới bến hoa vàng quên nhớ

còn thương không anh buổi đầu gặp gỡ
anh hát em nghe câu hát xưa tình
chàng từ quan cội đánh giấc yên bình
trần thế sau lưng lên non tìm động

còn thương không anh ngày tàn áo xống
chiếu chăn đêm lắng bước gõ xa về
trăng mái hiên treo mỏi bóng ê hề
mòn lay lắt tóc vai gầy muôn nỗi

còn thương không anh sầu đông gió dỗi
rụng trắng sân nhành lá thấp qua đời
như em một hôm khựng gót phiêu trời
rụng xuống lòng anh thiên đường cuống quýt

còn thương không anh trăm năm vừa khít
chạy vòng quanh cuộc huyễn mộng đôi bờ
tím đã sim màu lịm tắt bãi chờ
mà vẫn cứ niềm em trào cơn lũ

mà vẫn cứ tim em nằm ẩn trú
còn thương hoài
thu ấy
phải không anh.

ANH VỀ

rồi anh về chứ cùng em
gót chân nhẹ bước khẽ thềm hôm xưa
cánh thềm mây gánh bè mưa
mong ai mà hạt dây dưa tháng ngày

mong ai mà hạt hổm rày
rồi anh về chứ chim bầy đã mau
rủ đàn nắng quái vườn sau
len hàng hiên mái lau nhau gọi mùa

len hàng mái lá xanh lùa
nhớ thương mấy độ vào bùa chú câu
rồi anh về chứ mắt nâu
chau mày nó hỏi sao lâu vậy trời

chau mày hỏi cái mảnh đời
sầu em tận đỉnh non vời vợi bay
ạ ời mãi gió heo may
rồi anh về chứ ngón tay đếm buồn

rồi anh về chứ sông nguồn
tắm em bằng nước khe luồn sương mai
khói hai bờ ảo thực nai
ngậm cơn mát rượi thiên thai ngọt mềm

ru em bằng tiếng êm đềm
ngủ ngoan
trọn hết giấc đêm
anh về.

TRĂNG NGÀ NGHÌN NĂM

một nghìn năm nữa anh nha
mình yêu nhau để ta bà trổ bông
rêu bèo mục củi dòng đông
ngưng rong phiền muộn mênh mông tấp bờ

ngưng không nước xuống lên chờ
một đời một kiếp một tình cờ vương
mình thêm nữa để mừng tương
tư neo bến mộng mị trương giang đầu

tương tư bến cuối chân cầu
giấc nhờ gió tạt đưa rầu rĩ trôi
một lần mật nhỡ lên môi
là mình biết trót thành đôi lưng trời

là mình biết buộc ngang đời
sợi dây tơ trói ạ ời tình nhau
đi về chân chớ lòng đau
một xa xưa với một sau thôi buồn

một in dấu bước mây nguồn
mình cùng níu ngủ cánh xuồng đợi mơ
xanh thiên lý rọi đường thơ
khói sông hồ viễn xứ ngơ ngẩn sà

một chiêm bao cội la đà
mình vào nhau
bóng
trăng ngà nghìn năm.

tranh Lê Thánh Thư

BÊN NHAU

còn ngoài sân chút hoa tàn
mình bên nhau ngắm nốt đàn mong manh
đàn xương cánh mỏng rụng quanh
quẩn chân cội phút giây xanh vô thường

phút giây xanh mộng hoang đường
còn dăm ba độ miên trường nẻo xa
mình bên nhau nốt thiết tha
những ngày tháng muộn màng ta với người

tháng ngày quán xá môi cười
lệ thân trọ khóe mắt rười rượi mây
còn mênh mang bóng chiều tây
mình bên nhau nốt mùa hây hây rầu

mình bên nhau nốt nhịp sầu
gửi heo may giấc mơ đầu về xuôi
gửi vào cả nỗi khôn nguôi
còn chiêm bao dở dang nuôi giữa trời

còn chiêm bao dở dang đời
mình bên nhau nốt kẻo vời vợi mai
kẻo trăm năm sẽ màu phai
và mưa gió sẽ chia hai lối ngàn

mình bên nhau ngắm sông tràn
trăng treo phù phiếm muôn vàn còn đây.

CÙNG EM

uống cùng em hớp thiết tha
cạn cùng em nốt ngụm tà dương buông
chiều ngang lũng bến chim muông
lối cô lý vọng bóng chuông nẻo về

lối cô lý đã xanh kề
uống cùng em nhé câu thề chưa phai
câu thề đỉnh ướt thiên nhai
địa đàng hôm ấy bồng lai suối nguồn

địa đàng hai đứa không buồn
sao nghe chất ngất hồn luồng đơn côi
cạn cùng em chén ly bôi
biết đâu mai mốt xa xôi lắm người

biết đâu mai mốt tiếng cười
vỡ tan tành gió trận mười sáu trăng
rằm mười sáu ngực đồi căng
uống cùng em ấm ngọn băng thanh trời

cạn cùng em đắng môi đời
đắng như thể buổi tiễn lời sáo bay
lời con sáo lúc chia tay
vô tình vướng hạt mưa day dứt mà

giờ đây mộng tưởng quan hà
uống khôn cạn
nỗi ta bà
cùng em.

GẶP NHAU

gặp nhau ngụm chửa kịp say
trăng chia đôi nước lưu đày đợi mai
đợi rừng gió ngọn tàn phai
bên bờ sẽ dấu chân nai ân cần

bên bờ suối dấu những lần
gặp nhau biết đã rất gần buổi xưa
gần như thể nắng vàng đưa
lung linh vai ấm ôm trưa chúng mình

tóc vai cũ thuở bóng hình
non ghềnh thác bể yên bình tương tư
yên bình gặp giữa phù hư
mặc nhân sinh vốn cõi dư lệ người

nhân sinh thiếu thốn tiếng cười
hẹn hò mưa chớ nguyệt mười sáu thơ
chớ giăng hạt nhẹ dẫu tơ
mà đau đấy lúc gặp mơ hạn kỳ

gặp nhau muộn giấc xuân thì
mộng chưa tròn mộng cũng vì í a
tình qua với bậu thiết tha
mới thiên lý mỏi dặm xa cuộc bày

em xanh bóng trúc nghiêng mày
anh tay lá
vẽ chờ ngày
gặp nhau.

TIỄN TÔ THÙY YÊN

đi như đi lạc trong trời đất
thủy tận sơn cùng xí xoá ta
cõi chiều đứng lại khóc như liễu
có thật là ta đã đi xa
(đi xa - tô thùy yên)

kẻ trước người sau ngày sập tối
trần gian cổ độ chốn giang hà
mục xuôi dòng củi ghềnh lưu xứ
ngược thác trơ cành nước xiết qua

xế bóng hoàng hôn làn chợt tắt
buồn lên chửa vợi hắt dương tà
hờn biên ải núi màu ai oán
lặng lẽ non về mây thiết tha

trùng dương khởi sóng đời gang tấc
dâu bể chôn vùi thoắt í a
nghìn năm hồ dễ lòng khôn giấc
chí cả anh hùng ngựa vó ca

cơn mưa hạt đổ mờ phương ấy
hay khóc nhòa tuôn lệ biệt sa
nơi đây tiễn xá hồn hương kính
chầm chậm tàu lăn khói tỏa ga

đi như thuở gió nguồn nhân thế
thật ảo phù hư mộng biếc hoa.

22/05/2019

MÀU NHAU

bờ nước ấy mai về trong mục ruỗng
gửi vào sông dăm sóng đợt ưu phiền
rủi run trôi muộn lấp lóa trăng triền
dài hun hút tình mê đầy quên thắp

dài hun hút ngày mê đầy quên đắp
mảnh chăn đơn lạnh trở khẽ nghiêng tìm
nỗi sương len ảo ảnh trắng im lìm
trời đưa tiễn màn đêm niềm lặng vắng

trời đưa tiễn xót xa buồn sao chẳng
giấc đau riêng mấy nẻo nguyệt soi mờ
gió đong đưa liễu rũ nhánh bơ phờ
cành cong gãy dặm rêu mờ cơn chết

cành vin gãy nhành rêu chờ mong hết
biệt hoàng hoa thảm lối lót mơ màng
biệt hồ như cội mỏng cánh xương tràn
và mộng ngửa giang hà phơi phù thế

đời mộng ngửa phơi mình ôm tàn xế
bóng trầm hư ngực phủ phiến u hoài
cỏ lên khuya xanh ngắt tiếng ai ngoài
biên quan tái hợp tan dòng cuồn cuộn

biên quan tái ải mây ngàn sầu muộn
khói lở bồi
đôi ngã
thắm màu nhau.

NGUYỄN HỮU HỒNG MINH
Nhà thơ Facbook Phạm Hiền Mây
Mây trắng nỗi chiều em!

Mạng xã hội không chỉ là sân chơi của giới trẻ mà còn là nơi trải lòng và là "bệ phóng" của nhiều cây bút, trong đó có nhà thơ Phạm Hiền Mây. Đặc biệt, thơ Phạm Hiền Mây còn gây chú ý hơn khi được đăng kèm những bức ảnh "sắc nước hương trời" của tác giả.

Một lần trò chuyện với nhà văn Nguyễn Thị Thụy Vũ, bà hỏi tôi nghĩ thế nào về việc thỉnh thoảng bà đọc thấy một số bài phê bình sử dụng cụm từ "Văn chương nữ giới"? Tôi đang ngạc nhiên vì chính mình cũng nghĩ như thế, và cho đấy là chuyện bình thường thì nữ sĩ "móc" nhẹ thêm một câu, có ai gọi là "văn chương nam giới" bao giờ đâu? Ừ nhỉ! Từ cổ chí kim chẳng ai gọi văn chương nam giới vì hiển nhiên văn chương, thi phú là việc của... đàn ông rồi! Thật ra chúng ta bị bao biện trong những thói quen, độc đoán, khuôn mẫu của trí nhớ! Và cái gốc trọng nam khinh nữ nó vẫn còn sẵn, vẫn tươi rói, vẫn sòng sọc ở trong huyết quản chưa hề phai nhạt. Chỉ một quan sát gai góc từ Thụy Vũ đã cho thấy sự bất bình đẳng rõ rệt. Mà điều này theo tôi là quan trọng. Bởi trong văn chương mà anh còn dựng nên những lô-cốt, định giới như thế thì ngoài văn chương nó sẽ còn khủng khiếp thế nào? Mặc nhiên, thế giới của chữ nghĩa là thế giới của tri thức, của cấp tiến. Đã cấp tiến thêm được bước nào đâu? Hay chỉ xoay diễn sắc màu của cái vỏ hình thức?

*

Ít ra thì facebook cũng cho người yêu thơ một kênh chuyển tải tự do hơn nếu bạn muốn. Khoảng cách giữa nam và nữ giới trong thế giới mạng này đã được cào bằng hay kéo gần lại. Thậm chí, người đẹp còn được chú ý hơn vì bên cạnh thơ còn có những bức ảnh «sắc nước hương trời" của họ. Đó là phần combo hay plus mà độc giả khó cưỡng. Và vì thế đọc những bài thơ bỗng trở nên lung linh hơn.

Thú thật là lúc đầu tôi không muốn đọc thơ Phạm Hiền Mây, bởi tôi nhìn thấy những tấm hình cô post lên mạng đẹp quá, có phần "ảo diệu" quá. Mà người đẹp thì chữ nhạt, chữ thường, thậm chí là dưới mức thường. Nhưng rồi tôi lại thấy giật mình bởi tự hỏi ở đâu ra quan niệm cổ quái ấy? Chỉ có gái xấu mới làm thơ hay ư? Vậy hóa ra chữ nghĩa là những cái tổ kén để than khóc ư?

Để bất ngờ khi đọc, tôi đã nhận ra có một Mây khác trong thơ:

có nỗi buồn mây trắng mỗi chiều lên
nhớ bàn tay gầy bâng quơ vẽ khói
vào giấc yêu chim sâu hoài than đói
buốt lòng đông lạnh gió đột nhiên mùa

buốt tình đông gió lặng lẽ khua lùa
trắng chiều em nỗi mây buồn thiên cổ
ơi uyên ương lẻ đôi tìm đâu ổ
thơm riêng mùi da thịt buổi cần nhau

(mây trắng nỗi chiều em)

Thú thật khi đọc xong câu "thơm riêng mùi da thịt" tôi thấy sốc quá mà cũng sướng quá! Hình như chưa thấy ai viết như vậy! Ca ngợi thịt da thì nhiều. Nhưng vì thế rất cũ, mốc meo, thâm căn cố đế. Thậm chí cái mùi người, mùi hơi thở, mùi thơm riêng ấy phải rất tinh tế, phải khéo lắm mới diễn đạt được. Và phải yêu mới nhận ra độ mặn của nhau từ chân tóc đến giọt mồ hôi. Cái mùi riêng, mùi người ấy cũng như mùi thơ với mỗi bản thể chẳng giống nhau.

Tôi đọc Phạm Hiền Mây rất chậm, trước hết do tôi không tin những gì mà các cây bút phê bình nổi tiếng như Đặng Tiến, Nguyễn Thị Dư Khánh, Nguyễn Vy Khanh, Khánh Trường, Nguyễn Văn Hòa... và nhiều tên tuổi khác viết ra. Với một tên tuổi mới mà được quá nhiều người xưng tụng đôi khi chỉ gây nguy hiểm cho thơ. Ngày xưa Hàn Mặc Tử khóc thút thít, kêu ầm lên ông bị thơ đánh "Nàng đánh tôi đau quá" chứ ông đâu biết bây giờ các nhà phê bình tên tuổi lại chúm vào khen thơ. Một câu thơ hay đôi khi Thơ khó! Nhiều khi càng phê bình vào thơ lại không thể chạm đến cõi thơ. Nhưng quả thơ Phạm Hiền Mây cho tôi nhiều thú vị.

*

Tôi không muốn đi tìm cái dở hay chỉ ra tiến trình lặp lại các bậc thang thi pháp Tân cổ điển trong thơ Phạm Hiền Mây. Bởi ai làm thơ cũng bị những cái ngách vô hình uy lực tỏa ra từ những cái bóng lớn đi trước chắn ngang. Ai làm thơ mà không từng mê Hàn Mặc Tử, Huy Cận, Xuân Diệu, Vũ Hoàng Chương, Đinh Hùng? Và sau một chút có thể là Du Tử Lê, Nguyễn Tất Nhiên? Bởi viết trước hết là chứng tỏ tình yêu của mình từ các bậc tiền bối. Tuy nhiên, tôi muốn Mây thoát khỏi những cái bóng ấy như thoát khỏi những hồn ma thi ca ám chướng! Cái bóng của quá khứ đè nặng trên những bước chân đi tới của tương lai.

Tôi muốn Mây đọc thơ Minh Đức Hoài Trinh để xác tín, nghe rõ nhịp đập tình yêu thi ca hòa điệu với nhịp trái tim mình hơn, khi: "Đừng bỏ em một mình/ Môi vệ thần không linh". Và đó cũng là tiếng năm tháng quay gót ráo hoảnh, không bao giờ ngoái lại: "Tiếng thời gian rền rĩ/ Đường nghĩa trang gập ghềnh/ Bắt em nghe tiếng búa / Tiếng búa nện vào đinh…". Khi trong những thi phẩm đã ra mắt người yêu thơ đã thấy bóng Mây ý thức vượt thoát ra khỏi những barie lề lối cũ. "em biết sẽ rồi mai lên cào xé".

Những câu thơ ngổn ngang, mang âm hưởng tiết tấu hiện đại "anh sông tưới mùa em tròn vành vạnh/ lá thêm cong sóng phiến uỡn lưng gần". Hay khi Mây tự ý thức bỡn cợt: "mắt môi em rất lôi thôi". Hoặc tinh tế đến mức, tạo hiệu ứng bất ngờ cho thể thức âm u, mòn nhão lục bát: "cánh xương hoa rụng màu xưa/ giấc mơ mỏng sóng dạt chưa tìm về".

Và đã có những tín hiệu mới. Như loạt bảy bài thơ "Đêm Trò Chuyện Cùng Bùi Giáng" mới đây cho thấy Mây có ý thức đi lâu dài với thơ hơn, "bao giờ khói đủ sẽ cay", "tóc mai mấy sợi xanh nường/ mà nghe chừng đã vô thường bể dâu".

*

Phạm Hiền Mây là một hiện tượng thơ trên facebook. Tôi nói điều ấy như xác tín lại. Bởi đã rất nhiều bài viết của những nhà văn, nhà phê bình tên tuổi nhận xét về thơ Mây, đã nói về rõ điều đó. Tuy nhiên, tôi nhận ra một vẻ khác của Mây chính là tính tương tác thơ vào công nghệ hiện đại. Công nghệ hiện đại xóa bỏ những rào cản tự do. Và tự do sẽ dẫn đến những cấu trúc thơ mới. Không còn nặng hình thức, khuôn khổ mà gần với số phận nhỏ bé, mong manh vô cùng trong đời sống hiện đại. Nhưng bởi vì mong manh nên kỳ diệu.

Tôi lại nhớ đến cuộc trao đổi tình cờ với nhà văn Nguyễn Thị Thụy Vũ "văn chương nữ giới". Và tôi thấy từ trong sâu thẳm, thế giới viết của các nhà văn Việt chưa bao giờ có thực sự tôn trọng tự do cho các nhà văn nữ. Đúng như vậy! Làm sao để văn chương còn không chia cắt những biên giới. Chỉ là văn chương mà thôi! Những trác tuyệt, xúc cảm, những cái hay!

Như "thơm riêng mùi da thịt buổi cần nhau". Vâng thơm riêng thịt da, thân phận! Những cái riêng làm giàu có, bát ngát cõi mông mênh, nghệ thuật. Ngôn ngữ - Tình yêu và Thi ca!

Như đã có thơ Phạm Hiền Mây!

Nguyễn Hữu Hồng Minh

mục lục

• lời tựa - trần trung thuần	8
• buồn đã đủ	17
• dấu tình	18
• dấu yêu	19
• bồi hồi lời yêu	20
• đã nghe	21
• màu thu mây hoài	22
• phải chi	23
• tìm hoài trăm năm	24
• mùa thu mây trời	25
• êm đềm câu yêu	26
• gửi em	28
• nhẽ nào	30
• vu vơ	31
• thôi đừng	32
• về đâu	33
• buồn khi	34
• mây khói	37
• biển động mùa yêu	38
• cõi em	39
• nghiêng em	40
• thêm	41
• phần em	42
• như nhiên kể từ	43
• đâu hay	44
• cõi hồ người xa	45
• bây giờ	46
• dễ gì	47
• lời mây yêu người	48
• môi buồn	50
• còn đây	51
• khi lòng rầu	52
• đã buồn em	53
• này em	54
• nào đâu	57
• am mây	58
• ghét đứa làu bàu nhớ anh	59
• hò hẹn tím	60
• chỉ vì ta	61
• í a nỗi buồn	62
• bão chiều	63
• ừ thì	64
• nỗi em	65
• cõi người ta	66
• đã dặm	67
• anh thôi	68
• núi mây	69
• buồn xưa khôn xiết	70
• cũng đành	72
• đợi	73
• dưng không	74

• có lúc	77
• buồn như	78
• trái sầu với tay	79
• buồn đã	80
• mị tình	81
• ẩn khát	82
• mỏi	83
• ở đâu	84
• có khi	85
• tìm nhau	86
• vì sao	87
• có không	88
• trời cho	89
• như không có buồn	90
• độ	91
• mộng	92
• hồ	93
• ơi em	94
• là khi	97
• đợi chờ	98
• buồn em	100
• yêu là	102
• khi anh	104
• mùa yêu	106
• nhé yêu	108
• cần	110
• có gì vui	112
• đã buồn	116
• yêu người	118
• ngỡ chừng men mây	120
• mắt ướt nổi chiều mây	122
• mộng chưa	124
• đôi khi	126
• mưa hoài	128
• vào đêm	130
• làm sao nói hết	132
• đời hoài mộng xin	136
• làm sao quên	138
• ta bà cùng em	140
• thì như	142
• chẳng gì thay thế	144
• ngày không anh	146
• còn thương không anh	148
• anh về	150
• trăng ngà nghìn năm	152
• bên nhau	156
• cùng em	158
• gặp nhau	160
• tiễn tô thùy yên	162
• màu nhau	164
• bạt - nguyễn hữu hồng minh	167

Liên lạc Tác giả
Phạm Hiền Mây
pttt1509@gmail.com

Liên lạc Nhà xuất bản
Mở Nguồn
han.le3359@gmail.com
(408) 722-5626